இந்திய வளர்ச்சியின் அரசியல் பொருளாதாரம்

வெங்கடேஷ் ஆத்ரேயா

பாரதி
புத்தகாலயம்

India Valarchiein Arasial Porulatharum (In Tamil)

Venkatesh Athreya

First Edition: July, 2014

Published by

BHARATHI PUTHAKALAYAM

7, Elango Salai, Teynampet, Chennai - 600 018

Email: thamizhbooks@gmail.com | www.thamizhbooks.com

இந்திய வளர்ச்சியின் அரசியல் பொருளாதாரம்

வெங்கடேஷ் ஆத்ரேயா

முதல் பதிப்பு: ஜூலை, 2014

வெளியீடு:

பாரதி புத்தகாலயம்

7, இளங்கோ சாலை, தேனாம்பேட்டை, சென்னை - 600 018

தொலைபேசி : 044 24332424, 24332924, 24356935

விற்பனை நிலையம்

திருவல்லிக்கேணி: 48, தேரடி தெரு | **வடபழனி:** பேருந்து நிலையம் எதிரில் அடையார் ஆனந்தபவன் மாடியில் | **பெரம்பூர்:** 52, குக்ஸ் ரோடு | **ஈரோடு:** 39, ஸ்டேட் பாங்க் சாலை

திண்டுக்கல்: பேருந்து நிலையம் | **நாகை:** 1, ஆரியபத்திரபிள்ளை தெரு

திருப்பூர்: 447, அவினாசி சாலை | **திருவாரூர்:** 35, நேதாஜி சாலை

சேலம்: பாலம் 36/1 அத்வைத ஆஸ்ரமம் சாலை, | **சேலம்:** 15, வித்யாலயா சாலை

மயிலாடுதுறை: ரசாக் டவர், 1/,கச்சேரி சாலைட

மதுரை: 37A, பெரியார் பேருந்து நிலையம் **அருப்புக்கோட்டை:** 31, அகமுடையார் மகால்

மதுரை: சர்வோதயா மெயின்ரோடு, | **குன்னூர்:** N.K.N வணிகவளாகம் பெட்போர்ட்

செங்கற்பட்டு:1 டி., ஜி.எஸ்.டி சாலை | **விழுப்புரம்:** 26/1, பவானி தெரு

திருநெல்வேலி: 25A, ராஜேந்திரநகர் | **விருதுநகர்:** 131, கச்சேரி சாலை

கும்பகோணம்: 352, பச்சையப்பன் தெரு | **நெய்வேலி:** பேருந்து நிலையம் அருகில்

வேலூர்: S.P. Plaza 264, பேஸ் II, சத்துவாச்சாரி

தஞ்சாவூர்: காந்திஜி வணிக வளாகம் காந்திஜி சாலை | **தேனி:** 12,பி, மீனாட்சி அம்மாள் சந்து, இடமால் தெரு | **கடலூர்:** பாரதி பஜார், பழைய அண்ணா மேம்பாலம்

கோவை: 77, மசக்காளிபாளையம் ரோடு, பீளமேடு | **திருச்சி:** வெண்மணி இல்லம், கரூர் புறவழிச்சாலை

திருவண்ணாமலை: முத்தம்மாள் நகர், | **நாகர்கோவில்:** கேவ் தெரு, டோத்தி பள்ளி ஜங்ஷன்

பழனி: பேருந்துநிலையம் | **சிதம்பரம்:** 22A/ 18B தேரடி கடைத் தெரு, கீழவீதி அருகில்

மன்னார்குடி: 12, மாரியம்மன் கோவில் நடுத்தெரு, கீழப்பாலம்

அச்சு: பிரிண்டெக், சென்னை - 600 005

உள்ளே..

அறிமுகம்

விடுதலைக்குப் பின்பு ஏற்பட்டுள்ள இந்தியநாட்டின் பொருளாதார வளர்ச்சி பற்றிய மார்க்சீயப் புரிதலை உருவாக்குவதே இந்நூலினுடைய கட்டுரைகளின் நோக்கம்.

சுதந்திர இந்தியாவின் பொருளாதார வளர்ச்சியை நான்கு கட்டங்களாகப் பிரிக்கலாம். விடுதலைக்குப் பின் 1950இல் இந்தியக் குடியரசு உருவானதில் இது 1966 வரையிலான காலம் முதல் கட்டம். இக்கட்டத்தில் நாட்டின் நவீன முதலாளித்துவ வளர்ச்சிக்கான அடிப்படை முயற்சிகள் அரசின் தலைமையில், ஐந்தாண்டுத் திட்டங்கள், கணிசமான பொதுத்துறை முதலீடுகள் ஆகியவற்றை முக்கிய கருவிகளாகக் கொண்டு துவக்கப்பட்டன. சுமார் 15 ஆண்டுகள் தொடர்ந்த இக்கட்டம் ஓரளவு வளர்ச்சியை சாதித்தது. ஆனால் 1966இல் ஏற்பட்ட கடும் நெருக்கடியுடன் இக்கட்டம் முடிந்தது.

அதன் பின்னர், 1966 முதல் 1980 வரை அரசியல் பொருளாதார நெருக்கடிகள் நிறைந்த பாதையில் வளர்ச்சிப் பயணம் தொடர்ந்தது. இதனை இரண்டாம் கட்டம் எனக் கொள்ளலாம். இக்கட்டமும் 1979-80இல் ஏற்பட்ட பெரும் நெருக்கடியுடன் முடிவுக்கு வந்தது.

1980 வாக்கில் பன்னாட்டுச் சூழலில் ஏற்பட்ட மாற்றங்களும் உள்நாட்டில் நிகழ்ந்த மாற்றங்களும் சில பாதை மாற்றங்களை ஏற்படுத்தின. 1980இல் இவற்றின் பின்புலத்தில் மூன்றாம் கட்டம் துவங்கியது. 1980 முதல் 1991 வரையில் தொடர்ந்த இக்கட்டத்தில் பொருளாதார வளர்ச்சி வேகம் அடைந்தது. அதே சமயம் அடுத்த பெரும் நெருக்கடியை நோக்கி பொருளாதாரம் சென்றது. 1980களில் தொடந்த அதிரடி பன்னாட்டுச்சூழல் மாற்றங்களும் ஆட்சியாளர்களின் கொள்கைகளும் 1991இல் நாட்டை புதியதொரு நெருக்கடிக்கு இட்டுச்சென்றன. அதை எதிர்கொள்ள இந்திய நாட்டின் ஆளும் வர்க்கங்கள் தாராளமய, தனியார்மய, உலகமயப் பாதையில் நாட்டை இட்டுச்சென்றனர்.

1991இல் இருந்து நாம் விடுதலைக்குப் பின்பான வளர்ச்சியின் நான்காவது கட்டத்தில் உள்ளோம். மேலே சுருக்கமாக குறிப்பிடப்பட்டுள்ள ஒவ்வொரு கட்டத்திலும் பின்பற்றப்பட்ட கொள்கைகள் மற்றும் அவற்றின் விளைவுகள் ஆகியவற்றை மார்க்சீய நோக்கில் நாம் இந்நூலின் கட்டுரைகளின் விவரிக்க உள்ளோம். அடுத்து வரும் பகுதியில் 1947 முதல் 1966 வரையிலான முதல் கட்டத்தை ஆய்வு செய்வோம்.

முதல் கட்டம் 1950 - 1966
பொதுத்துறை, திட்டமிடுதல்

விடுதலை நேரத்தில்

இந்தியா 1947இல் அரசியல் விடுதலை பெற்ற பொழுது மிகவும் பின்தங்கிய நாடாக இருந்தது. அன்று நாட்டின் மொத்த உற்பத்தி மதிப்பில் வேளாண்மையின் பங்கு 49%ஆகவும் தொழில்துறையின் பங்கு 17% ஆகவும் இருந்தன. உழைப்புப் படையில் 72% வேளாண்மைத்துறையில் இருந்தது. 9.5% மட்டுமே தொழில்துறையில் இருந்தது. அதிலும் நவீன தொழிற்சாலைகள் மற்றும் சுரங்கத்துறையின் பங்கு 2.5% மட்டுமே. நாட்டின் மொத்த மின் உற்பத்தித்திறன் 3000 மெகாவாட் தான். காலனி ஆதிக்க காலத்தின் இறுதி 50 ஆண்டுகளில் தானிய உற்பத்தி வளர்ச்சி ஆண்டுக்கு 0.5 % என்ற அளவில் தான் இருந்தது. இதனால் 1950இல் நாட்டில் உணவு உற்பத்தி ஆண்டுக்கு நபர் ஒருவருக்கு 148 கிலோ என்ற அளவில் மிகக் குறைவாக இருந்தது. ரயில்பாதைகள் சார்ந்த ஓரளவிலான பொறியியல், ஜவுளி, சர்க்கரை, சிமெண்ட் துறைகள் தவிர நவீன உற்பத்தி என்று சொல்லிக்கொள்ளும்படி ஒன்றும் இல்லை.

ஆற்றல், போக்குவரத்து, தொடர்புசாதனத்துறை உள்ளிட்ட கட்டமைப்புத்துறைகள் வளர்ச்சி மிகவும் பின்தங்கி இருந்தது. அதேபோல், நிதித்துறை கட்டமைப்பு கிட்டத்தட்ட இல்லை என்றே சொல்லலாம். சமூக, மனிதவள கட்டமைப்பும் பின்தங்கி இருந்தது. 1951 மக்கள் தொகை கணக்கெடுப்பின்படி மொத்த மக்கள் தொகையில் 16% மட்டுமே எழுத்தறிவு பெற்றிருந்தனர்.உயிருடன் பிறக்கும் 1000 குழந்தைகளில் 150 குழந்தைகள் ஒரு வயதை எட்டும் முன்பே இறந்துவிடும் நிலை இருந்தது. 1947-50 காலத்தில் பிறந்த ஒரு இந்தியனின் சராசரி ஆயுட்காலம் 32 ஆண்டுகள் தான்.

ஆக, இந்தியாவின் வளர்ச்சி ஒரு பெரும் சவாலாகவே இருந்தது.அதே சமயம் வளர்ச்சிக்கு சாதகமான பன்னாட்டுச்சூழல் உருவாகி இருந்தது.

பன்னாட்டுச்சூழல்

இரண்டாம் உலகப்போரின் இறுதியில், 1945 - 50 காலங்களில் பன்னாட்டு அமைப்பில் மூன்று மிகப்பெரும் மாற்றங்கள் நிகழ்ந்தன. 1914-18 முதல் உலகப்போர், 1930களில் நிகழ்ந்த பெரும் பொருளாதார வீழ்ச்சி, இரண்டாம் உலகப் போர் ஆகிய நிகழ்வுகள் உலக முதலாளித்துவத்தை நெருக்கடியில் ஆழ்த்தியிருந்தன.இவற்றின் விளைவாக, ஐரோப்பிய ஏகாதிபத்திய வல்லரசுகளும் (பிரிட்டன், ஃப்ரான்ஸ், ஜெர்மனி, இத்தாலி, ஹாலந்து, பெல்ஜியம் முதலியவை) ஜப்பானும் பெரிதும் வலுவிழந்திருந்தனர். அமெரிக்கா நீங்கலாக அனைத்து ஏகாதிபத்திய வல்லரசுகளும் பலவீனமாகியிருந்தன. மறுபுறம், மகத்தான 1917 அக்டோபர் புரட்சிக்குப் பின் தனித்தீவாக இருந்த சோசலிச சோவியத் குடியரசுகளின் ஒன்றியம், (USSR) இரண்டாம் உலகப்போர் முடிந்த நிலையில், பல கிழக்கு ஐரோப்பிய நாடுகளும் மிகப் பெரிய நாடான மக்கள் சீனமும், வட வியத்னாமும், வட கொரியாவும் சோசலிச நாடுகளாக மாறிய பொழுது பெரிதும் வலுப்பெற்றது. ஒருவலுவான சோசலிச முகாம் உருவாகியது. இவ்விரு மாற்றங்களின் பின்புலத்தில் உலகம் முழுவதும் காலனி ஆதிக்கத்தை எதிர்த்த பல நாடுகளில் விடுதலைப் போராட்டங்கள் வெற்றிபெற்றன. ஏகாதிபத்தியம் பலவீனம் அடைந்தது, வலுவான சோசலிச முகாம் உருவானது, உலகளவில் காலனி ஆதிக்கம் தகர்க்கப்பட்டது மூன்று முக்கிய மாற்றங்கள் இந்தியா போன்ற ஓரளவு பெரிய முன்னாள் காலனி நாடுகளுக்கு ஒரு வரம்புக்கு உட்பட்ட சுயேச்சையான வளர்ச்சிப்பாதையை சாத்தியமாக்கியது. சோசலிச முகாமைப் பயன்படுத்தி ஏகாதிபத்திய வல்லரசுகளுடன் பேரம் பேசும் வாய்ப்பும் வலுவான அணிசேரா இயக்கம் மூலமாக ஏகாதிபத்தியத்தின் புதிய காலனி ஆதிக்க முயற்சிகளை ஓரளவு முறியடிக்கவும் இந்த சர்வதேசச்சூழல் வளரும் நாடுகளுக்கு உதவியது.

உள்நாட்டுச்சூழல்

பன்னாட்டுச்சூழல் இந்தியாவின் வளர்ச்சிக்கு 1950களில் சாதகமாக இருந்தது என்றால் உள்நாட்டுச்சூழல் வளர்ச்சியை அவசர அரசியல் தேவையாக ஆக்கியிருந்தது. 1944 லிருந்தே நாடு முழுவதும் மக்களின் போராட்டங்கள் வெடிக்கத் தொடங்கியிருந்தன.இரண்டாம் உலகப்போர் முடியும் தறுவாயில், கடும் பணவீக்கப் பின்னணியில் ரயில்வே தொழிலாளர்களும் வேறு பல மத்திய அரசுத்துறை ஊழியர்களும் போராட்டக்களத்தில் குதித்திருந்தனர். 1946 பிப்ரவரி மாதத்தில், இந்திய கப்பல் படை மாலுமிகளின் ஏகாதிபத்திய எதிர்ப்பு மிக்க புரட்சிகர கலகம் வெடித்தது. விவசாயிகளும் இதர

கிராமப்புற ஏழைகளும் வடக்கே பஞ்சாப், கிழக்கே அசாம், வங்கம், மேற்கே மஹராஸ்ட்டிராவில் வார்லி, தெற்கே புன்னப்புரா, வயலார், கீழத்தஞ்சை என்று நாடு முழுவதும் கம்யூனிஸ்டுகள் தலைமையில் போராட்டங்களில் ஈடுபட்டனர். இவற்றிற்கெல்லாம் சிகரம் வைத்தார்போல் 1946 முதல் 1951 வரை தெலுங்கானாவில் கம்யூனிஸ்ட் கட்சி தலைமையில் நடந்த விவசாயிகளின் வீரம் செறிந்த ஆயுதம் தாங்கிய போராட்டம் இருந்தது. இத்தகைய மக்கள் எழுச்சி நாட்டை நவீன வளர்ச்சிப்பாதையில் கொண்டு செல்வது அவசர அவசியம் என்பதை ஆளும் வர்க்கங்களுக்கு உணர்த்தியது.

அரசும் வளர்ச்சியும்

நவீன வளர்ச்சி அவசரத்தேவை என்று ஆளும் வர்க்கங்கள் உணர்ந்தாலும் அதை சாதிப்பது எப்படி என்ற கேள்வி முன் நின்றது. அடிப்படையில் 1950இல் இப்பிரச்சினை பற்றி ஒரு வலுவான பொதுக் கருத்து இருபதாம் நூற்றாண்டின் முதல் ஐம்பது ஆண்டுகளின் அனுபவத்தில் உருவாகியிருந்தது. 1920களில் இருந்தே சோவியத் ஒன்றியத்தின் திட்டமிட்ட அடிப்படையிலான மகத்தான வளர்ச்சியும் எதிர்ப்புறம் முதலாளித்துவ உலகின் முப்பதாண்டு நெருக்கடியும் விடுதலை இயக்கத் தலைவர்களுக்கு தெள்ளத்தெளிவாக இருந்தது. இந்தியாவில் நவீன பொருளாதார வளர்ச்சியை உருவாக்க அரசு மையமான பங்கு ஆற்ற வேண்டும் என்பதும் திட்டமிட்ட வளர்ச்சி அவசியம் என்பதும் இந்தியப் பெருமுதலாளிகள் உள்ளிட்ட அனைவராலும் ஏற்றுக்கொள்ளப்பட்ட கருத்துக்களாக இருந்தன. பெருமுதலாளிகள் சார்பில் தயாரிக்கப்பட்ட ‘பம்பாய் திட்டம்’, கேந்திரமான ஆற்றல், தகவல் தொடர்பு, போக்குவரத்து, உள்ளிட்ட கட்டமைப்புத் துறைகளில் அரசு பெருமளவில் முதலீடு செய்ய வேண்டும் என்ற கருத்தை வலுவாகக் கொண்டிருந்தது. ஆனால் இந்தியத் திட்டமிடுதலையும் சோசலிச திட்டமிடுதலையும் ஒரே மாதிரியானவை என்று கருதுவது மிகவும் தவறானதாகும். அதே போல், பொதுத்துறை நிறுவனங்களை சோசலிஸ அமைப்புகள் என்று கருதுவதும் மிகவும்தவறானது. விசயம் என்னவென்றால், 1950களில் இருந்த பொருளாதாரச்சூழலில் இந்திய நாட்டின் முதலாளித்துவ வளர்ச்சிக்கு திட்டமிடுதலும் பொதுத் துறை முதலீடுகளும் அவசியம் என்று ஆளும் வர்க்கங்களும் அரசும் உணர்ந்திருந்தன.. அதே சமயம், இந்திய நாட்டின் உற்பத்திக்கருவிகள் தனியாரிடம் தான் இருந்தன, இருக்கின்றன. முதலாளிகளின் லாப வேட்கை தான் அன்றும் இன்றும் இந்தியப் பொருளாதார அமைப்பின் அடிப்படை உந்து சக்தியாக உள்ளது. 1950-1960களின் பிரத்தியேகத்தன்மை என்னவெனில் அன்றைய சூழலில் பொதுத்துறை

முதலீடுகள் தனியார் வளர்ச்சிக்கு மிக அவசியமாக இருந்தன. அவை மேற்கொண்ட துறைகள் பெரும்பாலும் கட்டமைப்பு சார்ந்தவை. ஏனைய அனைத்து தொழில்களுக்கும் தேவையானவை. மின்சாரம், போக்குவரத்து, தகவல் தொடர்பு, கல்வித் திறன் பெற்ற உழைப்புப்படை போன்றவை அனைத்து முதலாளிகளுக்கும் தேவை. ஆனால் இவற்றை உருவாக்க தேவைப்பட்ட பெரும் முதல்கள் அன்றைய சமயம் இந்திய பெரு முதலாளிகளிடம் இல்லை. மேலும் கட்டமைப்புத்துறை முதலீடுகள் தன்னிறைவு பெற்று உற்பத்தி துவங்க பல ஆண்டுகள் எடுக்கும். இது போன்ற காரணங்களால் இத்துறைகளில் முதலீடு செய்ய அன்றைய நிலைமையில் இந்திய பெருமுதலாளிகள் தயாராக இல்லை. சோசலிஸ சோவியத் ஒன்றியத்தின் உதவியுடன் இந்திய அரசால் எஃகு, கனரக இயந்திரங்கள் உள்ளிட்ட பல துறைகளில் பொதுத்துறை முதலீடுகளை மேற்கொள்ள முடிந்தது. பனிப்போர்க் காலத்திய போட்டிச் சூழலால், மேலை நாடுகளும் வேறு வழியின்றி பொதுத்துறை முதலீடுகளுக்கு உதவ வேண்டிய கட்டாயம் ஏற்பட்டது. ஆனால், திட்டமிடுதல், பொதுத்துறை ஆகிய அனைத்துமே, ஒரு முதலாளித்துவ உற்பத்தி அமைப்பின் ஆதிக்கத்தின் கீழ் செயல்பட்டன, முதலாளித்துவ வளர்ச்சிக்கான கருவிகளாக இருந்தன என்பதை நாம் மறந்து விடக்கூடாது.

நாடு விடுதலை பெற்று, அன்றைய பன்னாட்டுச் சூழலைப் பயன்படுத்தி ஓரளவு சுயேச்சையான முதலாளித்துவ வளர்ச்சிப்பாதையில் இந்தியா பயணித்தது. இந்திய முதலாளிகளுக்கு இந்தியச் சந்தையைப் பாதுகாத்திட, இறக்குமதி கட்டுப்பாடுகள் கொண்டுவரப்பட்டன.இறக்குமதிக்கு மாற்றாக உள்நாட்டிலேயே உற்பத்தி செய்யும் நோக்குடனும் பன்னாட்டு வர்த்தக கொள்கைகள் அமைக்கப்பட்டன.

இவ்வாறு, பொதுத்துறை முதலீடுகள், இறக்குமதிக்கு மாற்றான உள்நாட்டு உற்பத்தி என்ற இரண்டு அம்சங்கள் அமலுக்கு வந்தன. இதோடு, வீரமிக்க விவசாயப் போராட்டங்களின் பின்புலத்திலும், தொழில்வளர்ச்சிக்கு வேளாண் உற்பத்தியை பெருக்குவது அவசியம் என்ற காரணத்தாலும், ஒரு வரம்புக்கு உட்பட்ட நில சீர்திருத்த முயற்சிகளும் மேற்கொள்ளப்பட்டன.

இந்த மூன்று நடவடிக்கைகளும் பொதுத்துறை முதலீடுகள், இறக்குமதிக்கு மாற்றான உள்நாட்டு உற்பத்தி, வரம்புக்குட்பட்ட நிலச் சீர்திருத்தங்கள் உள்நாட்டுச் சந்தையை வளர்க்கவும் ஓரளவு பொருளாதார வளர்ச்சியை வேகப்படுத்தவும் உதவின. அரசு மேற்கொண்ட முதலீடுகள் குறிப்பாக மின்சாரம், வெள்ளப்பாதுகாப்பு,

பாசனம் ஆகிய மூன்றையும் உள்ளடக்கிய பல்நோக்கு மின்திட்டங்கள் போன்றவை பொருளாதார வளர்ச்சிக்கு வழி வகுத்தன. காலனி ஆதிக்கக் காலத்தோடு ஒப்பிட்டுப் பார்க்கையில், வளர்ச்சியில் பெரும் முன்னேற்றம் ஏற்பட்டதை அட்டவணை 1 இல் காணலாம்:

அட்டவணை 1 :

இந்தியப்பொருளாதாரத்தின் வளர்ச்சி விகிதங்கள்

துறை	1900-1947	1950-1965
முதல் அரங்கம் (வேளாண்மை)	0.4	2.6
இரண்டாம் அரங்கம் (தொழில்)	1.5	6.8
மூன்றாம் அரங்கம் (சேவை)	1.7	4.5
மொத்த உற்பத்தி .(ஜி.டி.பி.)	0.9	4.0

குறிப்பு: முதல்அரங்கத்தில் பயிர் சாகுபடி, கால்நடை பராமரிப்பு, வனம், மற்றும் மீன்பிடி அடங்கும். இரண்டாம் அரங்கம் தொழில்துறையைக் குறிக்கும்; மற்ற அனைத்தும் மூன்றாம் அரங்கத்தில் அடங்கும்.

ஆனால், முதல் மூன்று ஐந்தாண்டு திட்ட காலத்தில் ஏற்பட்ட இந்த வளர்ச்சி 1965-66 வாக்கில் கடும் நெருக்கடிக்கு உள்ளாகியது. இந்த நெருக்கடியின் தன்மை பற்றியும் காரணங்கள் பற்றியும் சுருக்கமாகக் காண்போம்.

மும்முனை நெருக்கடி, 1965-66

1965-66இல் வெடித்த நெருக்கடிக்கு மூன்று அம்சங்கள் இருந்தன. முதலாவதாக, அரசுக்கு வரவுசெலவு நெருக்கடி முற்றியது. இரண்டாவதாக, அன்னியச் செலாவணி நெருக்கடி ஏற்பட்டது மூன்றாவதாக, நகர்ப்புற தொழில் வளர்ச்சியின் தேவைகளை நிறைவு செய்யும் அளவிற்கு வேளாண் உற்பத்தி உயரவில்லை.இதனால் உணவு நெருக்கடி ஏற்பட்டது. 1963-65 காலத்தில் பருவமழை பொய்த்து வேளாண் உற்பத்தி, வீழ்ச்சி அடைந்திருந்த பின்புலத்தில் இம் மும்முனை நெருக்கடி வெடித்தது. ஏன் என்ற கேள்விக்குள் நாம் இக்கட்டுரையில் ஆழமாகச் செல்ல முடியாது என்றாலும் சுருக்கமாகப் பார்ப்போம்.

அரசின் வரவு செலவு நெருக்கடிக்கு முக்கியக் காரணம் அரசின் வர்க்கத்தன்மையாகும். விடுதலைக்குப் பின் ஏற்பட்ட வளர்ச்சியில் அரசு முதலீடுகளாலும் இறக்குமதி கட்டுப்பாடுகளாலும் பெரும் பயன் அடைந்த பெருமுதலாளிகளையும் நில ஏகபோகம் மூலமும்

அரசின் ஊரக வளர்ச்சி முதலீடுகள் மூலமும் பெரும் பயன் பெற்ற நிலப்ரபுக்களையும் பாதுகாக்கும் தன்மை கொண்ட அரசு, அவர்கள் மீது உரிய வரி விதித்து வளங்களைத் திரட்டி, நாட்டு வளர்ச்சிக்கான முதலீடுகளை மேற்கொள்ளத் தயாராக இல்லை. மாறாக, இந்த சுரண்டும் வர்க்கங்களின் நலன்களை காக்கும் தன்மை கொண்டதாகவே இருந்தது. வரவு செலவு நெருக்கடி இதனால் முற்றிய நிலையில், அரசு பொதுத்துறை முதலீடுகளை குறைத்தது.திட்டமிட்ட பொருளாதாரத்தைக கைவிடத் துவங்கியது.

அந்நியச்செலாவணி நெருக்கடிக்குக் காரணம், இந்திய ஏற்றுமதி மதிப்பு வளர்ச்சி, நாட்டின் இறக்குமதி வளர்ச்சிக்கு ஈடு கொடுக்கும் வகையில் அமையவில்லை. 1950 க்குப் பின் 1970கள் வரை மேலை நாட்டு மூலதனம் வளரும் நாடுகளுக்கு பயணிக்காத நிலையில், ஏற்றுமதிக்கும் இறக்குமதிக்கும் இடைவெளி அதிகரித்தது அந்நியச் செலாவணி நெருக்கடியை ஏற்படுத்தியது.

நிலச்சீர்திருத்தங்கள் ஒரு எல்லைக்குட்பட்டே நிகழ்ந்தன. ஓரளவிற்கு ஜமீன்தாரி ஒழிப்பும் குத்தகை விவசாயிகள் பாதுகாப்பிற்கான சீர்திருத்த சட்டங்களும் ஆங்காங்கு நிறைவேறினாலும், நில ஏகபோகம் தகர்க்கப்படவில்லை.1960களில் நிலவிய நில ஏகபோகம் வேளாண் உற்பத்தியை அதிகரிப்பதற்கும் முதலீடுகளை மேற்கொண்டு நவீனப்படுத்தி மகசூலை உயர்த்தவும் தடையாக அமைந்தது. 1950களிலும் 60களின் முதற்பகுதியிலும் நகர்ப்புரங்களில் ஆலை உற்பத்தி வளர்ச்சியையொட்டி நகரங்களுக்கு வந்து குடிபுகுந்த கோடிக்கணக்கான மக்களின் உணவுத் தேவையை நிறைவு செய்வதில் இதனால் பெரும் சிக்கல் ஏற்பட்டது. பருவ மழை பொய்த்ததும் நிலமையை தீவிரப்படுத்தியது.

இவ்வாறு 1950இலிருந்து நிகழ்ந்துவந்த பொருளாதார வளர்ச்சி 1965-66இல் கடும் நெருக்கடிக்கு உள்ளாகியது.நெருக்கடியின் மூன்று அம்சங்களை முதலாளித்துவ - நிலப்ப்ரபுத்துவ அரசு எவ்வாறு எதிர்கொண்டது? இந்த அரசு வரவு செலவு நெருக்கடியை, பொதுத்துறை முதலீடுகளை வெட்டியும் திட்டமிடுதலை கிடப்பில் போட்டும் எதிர்கொண்டது. இதன் விளைவாக, தொழில் மந்த நிலைமை ஏற்பட்டது.இது நீண்ட காலம் நீடித்தது.1965-66 முதல் 1976 வரை தொழில் மந்தம் நீடித்தது. இது வேலையின்மை பிரச்சினையை மோசமாக்கியது.

அந்நியச் செலாவணி நெருக்கடியை சந்திக்க பன்னாட்டு நிதி நிருவனத்தின் (ஐ.எம்.எஃப்.) உதவியை நாடியது அதன் அறிவுரையை ஏற்று ரூபாயின் அந்நியச்செலாவணி மதிப்பை குறைத்தது.இதன் மூலம் இந்தியாவின் ஏற்றுமதி பெருகும் என்று கூறப்பட்டது. ஒரு

அமெரிக்க டாலருக்கு 4 ரூபாய் 80 காசுகள் என்று இருந்த விகிதத்தை 7 ரூபாய் 50 காசுகள் என்று 1966 ஜூன் 6 அன்று அரசு மாற்றியது. ஆனால், இடதுசாரிகள் எச்சரித்தபடியே, அப்படி ஒன்றும் ஏற்றுமதி பெருகவில்லை .மறுபுறம், இறக்குமதிப் பொருட்களின் விலை வேகமாக அதிகரித்து ஏற்கெனவே நிலவிய பணவீக்கத்தை மேலும் தீவிரமாக்கியது தான் மிச்சம்.

மூன்றாவது அம்சமாகிய உணவு நெருக்கடியை எதிர்கொள்ள அரசு தனது 'புதிய வேளாண் உத்தியை அமலாக்க முற்பட்டது. இந்த உத்திக்கு பின்னர் 'பசுமை புரட்சி' என்ற பெயர் சூட்டப்பட்டது. இதற்கு மூன்று அம்சங்கள் உண்டு. ஒன்று, உயர் மகசூல் விதைகள்; இரண்டு உரம், பூச்சி மருந்து ஆகிய வேதிப்பொருள் பயன்பாடு; மூன்று, வேளாண்மையை இயந்திரமயமாக்கல். இந்த உத்தியில், அரசுக்கு முக்கிய பங்கு இருந்தது. வேளாண் ஆராய்ச்சி அமைப்பை வலுப்படுத்துதல், நாடு தழுவிய வேளாண் விரிவாக்க அமைப்பை உறுதி செய்தல், குறைந்த வட்டியில் விவசாயிகளுக்கு கடன் வழங்கும் வகையில் வங்கி அமைப்பின் பெரும் பகுதியை நாட்டுடமை ஆக்கியது, முக்கியமாக, நெல்லுக்கும் கோதுமைக்கும் அரசு கொள்முதல் ஏற்பாடு மூலம் ஒரு குறைந்த பட்ச விலையை விவசாயிகளுக்கு உறுதி செய்தல், மற்றும் இவ்வாறு கொள்முதல் செய்யப்பட்ட தானியங்களை நாடு முழுவதும் உருவாக்கப்பட்ட நியாய விலைக் கடைகள் மூலம் நுகர்வோருக்கு கட்டுபடியாகும் விலையில் கிடைக்கச்செய்வது ஆகிய இந்த அரசு நடவடிக்கைகள் பசுமை புரட்சி மூலம் தானிய உற்பத்தியைப் பெருகச்செய்தது. பசுமை புரட்சி கிராமப்புற ஏற்றத்தாழ்வுகளை அதிகப்படுத்தியது உள்ளிட்ட சில எதிர்விளைவுகளை கொண்டிருந்தாலும், அதனால் உணவு உற்பத்தியும் ஒரு ஏக்கரில் கிடைக்கும் மகசூலும் அதிகரித்தன என்பது மறுக்க முடியாதது. இதில் அரசின் பங்கு முதன்மையானது.

அரசின் மேற்கூறிய நடவடிக்கைகளைத்தொடர்ந்து இந்தியப் பொருளாதாரம் எவ்வாறு பயணித்தது என்பதை அடுத்துக் காண்போம்.

இரண்டாம் கட்டம் 1966 - 1980
தொழில் மந்த காலம்

மும்முனை நெருக்கடி, 1965-66

1965-66இல் வெடித்த நெருக்கடிக்குக் காரணமாக மூன்று அம்சங்கள் இருந்தன. முதலாவதாக, அரசுக்கு வரவுசெலவு நெருக்கடி முற்றியது. இரண்டாவதாக, அன்னியச் செலாவணி நெருக்கடி ஏற்பட்டது மூன்றாவதாக, நகர்ப்புற தொழில்வளர்ச்சியின் தேவைகளை நிறைவுசெய்யும் அளவிற்கு வேளாண்உற்பத்தி உயரவில்லை. இதனால் உணவுநெருக்கடி ஏற்பட்டது. 1963-65 காலத்தில் பருவமழை பொய்த்து வேளாண் உற்பத்தி வீழ்ச்சியடைந்திருந்த பின்புலத்தில் இம்மும்முனை நெருக்கடி வெடித்தது. ஏன் இந்த நெருக்கடி என்ற கேள்விக்குள் நாம் இக்கட்டுரையில் ஆழமாகச் செல்லமுடியாது என்றாலும் சுருக்கமாகப் பார்ப்போம்.

அரசின் வரவுசெலவு நெருக்கடிக்கு முக்கியக் காரணம் அரசின் வர்க்கத்தன்மையாகும். விடுதலைக்குப் பின் ஏற்பட்ட வளர்ச்சியில் அரசு முதலீடுகளாலும் இறக்குமதிக் கட்டுப்பாடுகளாலும் பெரும்பயன் அடைந்த பெருமுதலாளிகளையும் நிலஏகபோகம் மூலமும் அரசின் ஊரகவளர்ச்சி முதலீடுகள் மூலமும் பெரும் பயன்பெற்ற நிலப்பிரபுக்களையும் பாதுகாக்கும் தன்மைகொண்ட அரசு, அவர்கள் மீது உரியவரி விதித்து வளங்களைத் திரட்டி, நாட்டு வளர்ச்சிக்கானமுதலீடுகளை மேற்கொள்ள தயாராக இல்லை. மாறாக, இந்தச் சுரண்டும் வர்க்கங்களின் நலன்களை காக்கும் தன்மை கொண்டதாகவே அரசு இருந்தது. கிராம, நகர செல்வந்தர்கள் மற்றும் பெரும்கம்பனிகள் மீது சொத்துவரி விதித்தும் வருமானவரி விதித்தும் அரசின் வருமானத்தை உயர்த்த ஆளும் வர்க்கங்கள் விரும்பவில்லை. மாறாக சாதாரண மக்கள் மீது கூடுதலாகப் பாயும்

மறைமுக வரிகளை அதாவது, ஒவ்வொரு பொருளை நாம் வாங்கும் பொழுது கொடுக்கும் கலால் வரி, இறக்குமதி வரி,விற்பனை வரி போன்றவற்றை உயர்த்தியே அரசு வருமானத்தை உயர்த்த ஆளும் வர்க்கங்கள் முயன்றன.இதை ஓரளவுதான் செய்யமுடியும், ஏனெனில் மக்களின் வாங்கும் சக்தி குறைவாகவே இருந்தது. அரசின் இத்தகைய கொள்கைகளினால் வரவுசெலவு நெருக்கடி முற்றியது. இந்நிலையில், வரவு செலவு பற்றாக்குறை மேலும் கூடினால் பணவீக்கம் பெரிதும் அதிகரிக்கும் என்றும் அதனால் கடுமையான அரசியல் எதிர்விளைவுகளை சந்திக்க நேரிடும் என்றும் அரசு கருதியது. குறிப்பாக, 1960களின் துவக்கத்தில் ஏற்பட்ட திட்டமிட்ட தொழில் வளர்ச்சியின் காரணமாக முக்கிய சில நகரங்களில் பல லட்சக்கணக்கில் ஆலைத்தொழிலாளிகள் குவிந்திருந்தனர். அத்யாவசியப் பண்டங்களின் விலைகள் வேகமாக அதிகரித்தால், தொழிலாளி வர்க்கம் வீதிக்கு வந்து பெரும் அரசியல் நெருக்கடி ஏற்பட்டுவிடும் என்று ஆளும் வர்க்கங்கள் அஞ்சின. பற்றாக் குறையை சமாளிக்க அரசு, பொதுத்துறை முதலீடுகளை குறைத்தது. திட்டமிட்ட பொருளாதாரத்தை கைவிடத்து வங்கியது.

அந்நியச்செலாவணி நெருக்கடிக்குக் காரணம் இந்திய ஏற்றுமதி வளர்ச்சி, நாட்டின் இறக்குமதி வளர்ச்சிக்கு ஈடுகொடுக்கும் வகையில் அமையவில்லை என்பதாகும். 1950-க்குப்பின் 1970-களின் துவக்க ஆண்டுகள் வரை மேலைநாட்டு மூலதனம் வளரும் நாடுகளுக்கு அதிகம் பயணிக்காத நிலையில், ஏற்றுமதிக்கும் இறக்குமதிக்குமிடையே இடைவெளி அதிகரித்து அந்நியச் செலாவணி நெருக்கடியை ஏற்படுத்தியது.

நிலச் சீர்திருத்தங்கள் ஒரு எல்லைக்கு உட்பட்டே நிகழ்ந்தன. ஓரளவிற்கு, விவசாயிகளுக்காகப் போராடும் இயக்கங்கள் வலுவாக இருந்த பகுதிகளில் ஜமீந்தாரி ஒழிப்பும் குத்தகை விவசாயிகள் பாதுகாப் பிற்கான நிலச்சீர்திருத்தச் சட்டங்களும் ஆங்காங்கு நிறைவேறி, அமலாக்கப்பட்டாலும், நிலஏகபோகம் என்பது தகர்க்கப்படவில்லை. 1960களில் நிலவிய நிலஏகபோகம் வேளாண் உற்பத்தியை அதிகரிப்பதற்கும் வேளாண் துறையில் முதலீடுகளை மேற்கொண்டு நவீனப்படுத்தி மகசூலை உயர்த்தவும் தடையாக அமைந்தது. நிலப்பிரபுக்களின் ஏகபோக ஆதிக்கம் நிலவிய பல மாநிலங்களிலும் பகுதிகளிலும், குத்தகை விவசாயிகளுக்கு நிதிவசதியும் சாகுபடி உரிமைக்கு பாதுகாப்பும் இல்லாத நிலையில் அவர்களால் மகசூலை மேம்படுத்தக்கூடிய முதலீடுகளை மேற்கொள்ள முடியவில்லை. மறுபுறம், குத்தகை மூலமும் கடன் கொடுத்து கிடைக்கும் வட்டி மூலமும் கிராமப்புற வேளாண் சந்தைகளில்

தங்கள் ஆதிக்கத்தின் மூலமும், தங்கள் அரசியல் செல்வாக்கின் மூலமும் இன்னபிற வழிகளிலும் கொள்ளை அடித்துக் கொழுக்கும் வாய்ப்பு நிலச்சுவாந்தார்களுக்கு இருந்ததனால் அவர்களுக்கு உற்பத்தித் திறனை மேம்படுத்தும் வகையில் முதலீடுகளை மேற்கொள்ள வேண்டிய அவசியம் ஏற்படவில்லை. தானிய உற்பத்தியும் இதர வேளாண் பொருட்களின் உற்பத்தியும் காலனி ஆதிக்க காலத்தை ஒப்பிடுகையில் சற்று வேகமாக வளர்ந்த போதிலும், மேற்குறிப்பிட்ட, அன்று நிலவிய விவசாய உற்பத்தி உறவுகளின் காரணமாக, போதுமான அளவிற்கு வேளாண் உற்பத்திபொருட்கள் சந்தைகளுக்கு வருவதில் பலவீனம் இருந்தது. குறிப்பாக, 1950களிலும் 1960களின் முதற்பகுதியிலும் நகர்ப்புரங்களில் ஆலை உற்பத்தி வளர்ச்சியையொட்டி பல கோடிக்கணக்கில் நகரங்களுக்கு வந்து குடிபுகுந்த மக்களின் உணவுத் தேவையை நிறைவு செய்வதில் பெரும்சிக்கல் ஏற்பட்டது. பருவமழை பொய்த்ததும் நிலமையை தீவிரப்படுத்தியது.

இவ்வாறு 1950இலிருந்து நிகழ்ந்து வந்த பொருளாதார வளர்ச்சி 1965-66இல் கடும்நெருக்கடிக்கு உள்ளாகியது. நெருக்கடியின் மேற்கூறிய மூன்றுஅம்சங்களை முதலாளித்துவ - நிலப்ரபுத்துவ அரசு எவ்வாறு எதிர்கொண்டது?

வரவு - செலவு நெருக்கடியை, பொதுத்துறை முதலீடுகளை வெட்டியும் திட்டமிடுதலை கிடப்பில் போட்டும் அரசு எதிர்கொண்டது. 1966இல் துவங்கியிருக்க வேண்டிய நான்காவது ஐந்தாண்டு திட்டத்தை அரசு தள்ளிப்போட்டது. 1966 முதல்1969வரையில் ஐந்தாண்டு திட்டம் போடும் ஏற்பாடு கைவிடப்பட்டது. மீண்டும் 1969இல்தான் நான்காம் ஐந்தாண்டு திட்டத்தை தயாரிக்கும் பணிதொடங்கியது. அதுவும் பாதியிலயே வெட்டிச் சுருக்கப்பட்டது. 1972இல் மேற்கொள்ளப்பட்ட இடைக்கால பரிசீலனையில் திட்டத்தில் முன் வைக்கப்பட்டிருந்த இலக்குகள் சாத்தியமில்லை என்று முடிவு எடுக்கப்பட்டு அவை கைவிடப்பட்டன. குறைவான திருத்தப்பட்ட இலக்குகள் நிர்ணயிக்கப்பட்டன. அவையும் கூட அடையப்படாமலேயே திட்ட காலம் முடிவுக்கு வந்தது.

மிக முக்கியமாக, அரசு, பொதுத்துறை முதலீடுகளை குறைத்துக் கொண்டதால், தொழில் வளர்ச்சி பாதிக்கப்பட்டது. இந்தியப் பொருளாதாரத்தில் தனியார்துறை முதலீடு பொதுத்துறை முதலீடுகளைச் சார்ந்தது. பொதுத்துறை முதலீடுகள் வெட்டப்பட்டால், நாட்டில் வேலை வாய்ப்பு குறைந்து பொருட்கேட்பு (DEMAND) பாதிக்கப்படும். இது பொருளாதாரத்தில் மந்த நிலையை ஏற்படுத்தும்.

தனியார் முதலீடும் இதனால் குறையும். அது மட்டும் அல்ல. பொதுத்துறை முதலீடுகள் கேந்திரமான கட்டமைப்புத்துறைகளுடன் தொடர்பானவை. அவை வெட்டப்படுவதால் கட்டமைப்பு வசதிகள் பாதிக்கப்படும். இதுவும் தனியார் முதலீட்டை பாதிக்கும். ஆகவே தான், 1960களின் பிற்பகுதியில் வரவு-செலவு பற்றாக்குறையை பொதுத்துறை முதலீடுகளை வெட்டி சமாளிக்க அரசு முடிவெடுத்து அமலாக்கியதால், தொழில்மந்தநிலைமை ஏற்பட்டது. இது நீண்டகாலம் நீடித்தது. 1965-66 முதல் 1976வரை தொழில்மந்தம் நீடித்தது. இது வேலையின்மை பிரச்சினையை மோசமாக்கியது. ஏற்கெனவே உணவு தானியம் மற்றும் இதர வேளாண் பொருட்களின் விலைகள் இரண்டாண்டு பருவமழைபொய்த்த பின்னணியில் உயர்ந்து கொண்டிருந்ததும் வேலையின்மை பெருகியதும் நெருக்கடியை தீவிரப்படுத்தியது.

அந்நியச் செலாவணி நெருக்கடியை சந்திக்க பன்னாட்டு நிதியத்தின் (ஐ.எம்.எஃப்.) உதவியை அரசு நாடியது அதன் அறிவுரையை ஏற்று ரூபாயின் அந்நியச் செலாவணி மதிப்பை குறைத்தது. இதன் மூலம் இந்தியாவின் ஏற்றுமதி பெருகும் என்று கூறப்பட்டது. ஒரு அமெரிக்க டாலருக்கு 4 ரூபாய் 80 காசுகள் என்று இருந்த விகிதத்தை 7 ரூபாய் 50 காசுகள் என்று 1966 ஜூன் 6 அன்று இந்திரா காந்தி தலைமையிலான காங்கிரஸ் அரசு மாற்றியது. இங்கே ஐ..எம்.ஃப். உலக வங்கி போன்ற அமைப்புகளின் வாதம் என்னவென்றால் டாலருக்கு எதிரான ரூபாய் மதிப்பு குறைந்தால் இந்தியா ஏற்றுமதி செய்யும் பொருட்களின் விலை டாலர் கணக்கில் குறையும். இதனால் இந்தியாவின் ஏற்றுமதி பொருட்கள் அதிக அளவில் வெளிநாடுகளில் விற்பனையாகும். இதன் மூலம் ஏற்றுமதி மதிப்பைப் பெருக்கி, இறக்குமதிக்கும் ஏற்றுமதிக்கும் உள்ள இடைவெளியை நீக்கி விடலாம் என்பதுதான். ஆனால், ஐ.எம்.ஃப். மற்றும் உலக வங்கியின் இந்த வாதம் சரியல்ல. டாலர் கணக்கில் நமது ஏற்றுமதிப் பொருட்களின் விலை குறைவதனால் விற்பனை கூடுமென்றே எடுத்துக்கொண்டாலும், விலை குறைவையும் தாண்டி மொத்த விற்பனை வரவை அதிகரிக்கும் அளவிற்குக் கூடும் என்ற உத்தரவாதம் இல்லை. எடுத்துக்காட்டாக, ஒரு பொருளின் விலை 10 ரூபாய் என்று உள்ள பொழுது விற்பனை அளவு 100 என்றால் மொத்த விற்பனை வரவு 1000 ரூபாய். இப்பொழுது விற்பனையைக் கூட்டுவதற்காக அதன் விலையை சற்று குறைத்து 8 ரூபாய் ஆக்கினால், பழைய விற்பனை வரவாகிய 1000 ரூபாயை எட்டுவதற்கே விற்பனை அளவு 125 ஆக உயர வேண்டும். அதாவது, விலையை 10 % குறைத்தால், விற்பனை அளவு 10%க்கும்

அதிகமாக உயர்ந்தால் தான் விற்பனை வரவு உயரும். ஆனால் இந்தியாவின் ஏற்றுமதி பொருட்கள் விசயத்தில் நிலமை அப்படி அல்ல. விற்பனை வரவு அதாவது, ஏற்றுமதி மதிப்பு உயரும் என்று சொல்ல முடியாது. பிரச்சினை இது மட்டும் அல்ல. இந்தியாவுடன் போட்டி போடும் இலங்கை, பாகிஸ்தான், வங்கதேசம், மற்றும் ஏராளமான இதர வளர்முக நாடுகள் ரூபாய் மதிப்பை இந்தியா குறைத்து ஏற்றுமதியைப் பெருக்க முயற்சி செய்தால் சும்மா இருக்காது. அவையும் தங்கள் ஏற்றுமதியைக் கூட்ட அதே போன்ற நடவடிக்கைகள் எடுப்பார்கள். இதனால் மொத்தத்தில் பயன் அடைவது வளரும் நாடுகளிடமிருந்து பொருட்களை வாங்கும் பெரும் பன்னாட்டு கம்பனிகள்தான். அதே சமயம் ரூபாய் மதிப்பைக் குறைப்பது இறக்குமதி விலைகளை அதிகப்படுத்தும். இதனால் விலைவாசி உயரும். இது நிச்சயமாக நடக்கும். இந்த காரணங்களுக்காக, இடது சாரிகள் ரூபாய் மதிப்பு குறைப்பு நடவடிக்கையை எதிர்த்தனர். ஏற்றுமதி மதிப்பு கூடும் என்பது தவறான கணிப்பு என்று கூறினர். இடதுசாரிகள் எச்சரித்தபடியே, அப்படி ஒன்றும் ஏற்றுமதி பெருகவில்லை. மறுபுறம், இறக்குமதி பொருட்களின் விலை வேகமாக அதிகரித்து ஏற்கெனவே நிலவிய பணவீக்கத்தை மேலும் தீவிரமாக்கியதுதான் மிச்சம். நாம் மேலே கொடுத்துள்ள விளக்கத்தின் அடிப்படையில் பார்த்தால், இந்த நிகழ்வு வியப்பிற்கு உரிய விஷயம் அல்ல என்பது விளங்கும்.

மூன்றாவது அம்சமாகிய உணவுநெருக்கடியை எதிர்கொள்ள அரசு தனது 'புதிய வேளாண்யுக்தி'யை அமலாக்க முற்பட்டது. இந்தயுக்திக்கு 'பசுமைப்புரட்சி' என்றபெயர் பின்னர் சூட்டப்பட்டது. பசுமைப் புரட்சிக்கு மூன்று அம்சங்கள் உண்டு. ஒன்று, உயர் மகசூல்விதைகள்; இரண்டுஉரம், பூச்சிமருந்து ஆகிய வேதிப்பொருள் பயன்பாடு; மூன்று, வேளாண்மையை இயந்திரமயமாக்கல். இந்த உத்தியில், அரசுக்குமுக்கியபங்கு இருந்தது. வேளாண் ஆராய்ச்சி அமைப்பை வலுப்படுத்துதல், நாடு தழுவிய வேளாண் விரிவாக்க அமைப்பை உறுதிசெய்தல், குறைந்த வட்டியில் விவசாயிகளுக்கு கடன் வழங்கும் வகையில் வங்கி அமைப்பின் பெரும்பகுதியை நாட்டுடமை ஆக்கியது, முக்கியமாக, நெல்லுக்கும் கோதுமைக்கும்அரசு கொள்முதல் ஏற்பாடுமூலம் ஒரு குறைந்தபட்ச விலையை விவ்சாயிகளுக்கு உறுதி செய்தது. மற்றும், இவ்வாறு கொள்முதல் செய்யப்பட்ட தானியங்களை நாடு முழுவதும் உருவாக்கப்பட்ட நியாய விலைக்கடைகள் மூலம் நுகர்வோருக்கு கட்டுபடியாகும் விலையில் கிடைக்கச் செய்தது. இந்த அரசு நடவடிக்கைகள் பசுமைப் புரட்சி மூலம் தானிய உற்பத்தியைப் பெருகச்செய்தது. 1960களின்

பிற்பகுதியில் இருந்து 1990களின் பிற்பகுதி வரை தானிய உற்பத்தி தொடர்ந்து ஆண்டுக்கு 3% க்கும் அதிகமான வேகத்தில் அதிகரித்ததற்கு பசுமைப் புரட்சி கொள்கைகளே பிரதான காரணம். இக்காலகட்டத்தில் தானிய உற்பத்தியின் கீழ் இருந்த சாகுபடி பரப்பளவு கிட்டத்தட்ட தேக்கமாகவே இருந்தபோதும் இது நிகழ்ந்தது என்பதை நினைவில் கொள்வது அவசியம்.

பசுமைப்புரட்சிக் கொள்கைகள் உணவு உற்பத்தியும் ஒரு ஏக்கரில் கிடைக்கும் மகசூலும் அதிகரித்தன என்பது மறுக்க முடியாதது. இதில் அரசின் பங்கு முதன்மையானது. நெல்லுக்கும் கோதுமைக்கும் ஓரளவிற்காவது கட்டுபடியாகும் விலையில் கொள்முதல் உறுதிப்படுத்தியது, உரம் உள்ளிட்ட இடுபொருட்களுக்கு மானியம் வழங்கியது, வேளாண் ஆராய்ச்சி மற்றும் விரிவாக்க அமைப்புகள் மூலமாக விவசாய நவீன மயமாக்கலுக்கு வலு சேர்த்தது, நிறுவனக் கடன் வசதியை அதிகப்படுத்தியது, கொள்முதல் மற்றும் பொதுவினியோகம் என்ற நடைமுறை உத்திகள் ஆகியவை வேளாண் உற்பத்தி பெருக முக்கியமான நடவடிக்கைகளாகும். அதே சமயம், பசுமை புரட்சி கிராமங்களில் வருமான ஏற்றத்தாழ்வுகளை அதிகப்படுத்தியது என்பதும் உண்மை. அதேபோல், பசுமைப் புரட்சிக் கொள்கைகளால் விவசாயம் லாபகரமாக மாறியதால் நில உடமையாளர்கள் குத்தகைதாரர்களை வெளியேற்றும் நிகழ்வு பரவலாக நடந்தது. 1960களின் இறுதியிலும் 1970களின் துவக்கத்திலும் குத்தகை விவசாயிகளின் போராட்டங்கள் வலுவாக ஆங்காங்கு நடந்ததற்கு இதுவும் ஒரு முக்கிய காரணமாக அமைந்தது. மேலும், பசுமைப் புரட்சியின் பகுதியான உயர்மகசூல் சாகுபடி என்பது பாசன வசதி உறுதியாக இருந்த நிலங்களில் மட்டுமே சாத்தியம் என்பதும், விலை உத்தரவாதமும் மகசூல் உயர்வும் நெல்லுக்கும் கோதுமைக்கும் மட்டுமே என்பதும், இதனால் பசுமைப் புரட்சியின் தாக்கம் வர்க்க அடிப்படையிலும், பயிர் அடிப்படையிலும் பகுதி அடிப்படையிலும் மிகுந்த ஏற்றத்தாழ்வாக அமைந்தது என்பதும் உண்மை. பின்னர், விரிவாக்கப்பணியில் பலவீனம் ஏற்பட்டதாலும் அரசின் மானியக் கொள்கைகளில் இருந்த குறைபாடுகளாலும் பசுமைப் புரட்சி, தொழில் நுட்பங்களை அமலாக்குவதில் ஏற்பட்ட பிரச்சினைகள் சுற்று சூழல் பாதிப்புகளுக்கு இட்டுச்சென்றது என்பதும் உண்மை. இருந்தபோதிலும், பசுமைப்புரட்சி உணவு தானிய உற்பத்தி வளர்ச்சிக்கும் வேளாண் துறையில் முதலாளித்வ உற்பத்தி உறவுகளின் அடிப்படையில் உற்பத்தி சக்திகள் உயர்வதற்கும் காரணமாக அமைந்தது என்பதை நாம் புரிந்துகொள்ள வேண்டும்.

இவ்வாறு 1960களின் நடுப்பகுதியில் ஏற்பட்ட மும்முனை நெருக்கடியை எதிர்கொள்ள அரசு மேற்கொண்ட நடவடிக்கைகள் உணவு தானிய உற்பத்தியைப் பெருக்குவதில் மட்டுமே ஓரளவு வெற்றி பெற்றன. தொழில் வளர்ச்சி தொடர்ந்து 1970களின் பிற்பகுதி வரை பாதிப்புக்கு உள்ளாகி இருந்தது. அன்னியச்செலாவணி பிரச்சினையில் முன்னேற்றம் ஏற்படவில்லை. சில சர்வதேச நிகழ்வுகள் அன்னியச்செலாவணி பிரச்சினையை தீவிரப்படுத்தின. 1973இல் பெட்ரோலியம் எண்ணய் வள நாடுகள் ஒன்றிணைந்து ("ஓபெக்") என்ற எண்ணய் ஏற்றுமதி நாடுகளின் அமைப்பைஉருவாக்கின. பெட்ரோலியம் எண்ணெய் விலையை நான்கு மடங்கு ஆக்கின. ஏற்கெனவே அரசின் கொள்கைகளாலும் ரூபாய் மதிப்பு வெட்டப்பட்டதாலும் நிலவிய கடுமையான பணவீக்கம் இதனால் மேலும் அதிகரித்தது. தொழில்மந்தம் வேலை வாய்ப்பு விரிவாக்கத்திற்கு பாதிப்பை ஏற்படுத்தியிருந்தது. இவை 1970களில் ஏற்பட்ட அரசியல் மாற்றங்களுக்கும் காரணங்களாக அமைந்தன.

அரசியல் விளைவுகள்

1966இல் வெடித்த மும்முனை நெருக்கடி அரசியல் களத்திலும் தாக்கத்தை ஏற்படுத்தியது. பருவ மழை பொய்த்ததால் ஏற்கெனவே நிலவிய பணவீக்கம், பொதுத்துறை முதலீடுகளை அரசு வெட்டியதால் துவங்கிய தொழில் மந்தமும் அதனால் தீவிரமடைந்த வேலையின்மை, இவை மக்கள் மத்தியில் காங்கிரஸ் அரசுக்கு எதிராக மக்களை கோபம் கொள்ள வைத்தது. 1967இல் நடைபெற்ற பாராளுமன்றத் தேர்தலில் காங்கிரஸ் செல்வாக்கு பெரிதும் சரிந்தது. அது மட்டுமல்ல. உடன் நடைபெற்ற மாநிலசட்ட மன்றங்களுக்கான தேர்தல்களில் ஒன்பது மாநிலங்களில் காங்கிரஸ் தோற்றது. இதைத் தொடர்ந்து காங்கிரஸ் கட்சியில் பிளவு ஏற்பட்டு, இந்திரா காந்தி ஒரு பிரிவின் தலைவராகவும் பிரதமராகவும் செயல்பட்டார். இந்தச்சூழலில் இந்திரா காந்தி தலைமையிலான அரசு 14 வங்கிகளை இடது சாரி கட்சிகளின் ஆதரவுடன் நாட்டுடமையாக்கியது. மன்னர் மானியங்களை முடிவுக்குக் கொண்டுவந்தது. பின்னர் வங்கதேசம் உருவான பின்னணியில் 1971 இறுதியிலேயே மக்களவை தேர்தல்களை நடத்தி இந்திரா காந்தி தலைமையிலான காங்கிரஸ் கணிசமான பெரும்பான்மை பெற்றது. இருந்த போதிலும் அரசின் கொள்கைகளுக்கு எதிரான மக்கள் இயக்கங்கள் வலுவாகத்தொடர்ந்தன. சி.ஐ.டி.யு. முன்முயற்சியில் தொழிற்சங்கங்களின் ஒன்றுபட்ட குழு அமைக்கப்பட்டது. பணவீக்கத்திற்கும் வேலையின்மைக்கும் எதிரான தொழிற்சங்க போராட்டங்கள் வலுவடைந்து 1974இல் மகத்தான ரெயில்வே வேலை நிறுத்தப் போராட்டம் வெடித்தது. இதை

தொடர்ந்து நாடுமுழுவதும் இந்திரா காந்தியின் தலைமையிலான காங்கிரஸ் அரசுக்கு எதிராக போராட்டங்கள் வலுத்தன. 1975இல் உள்நாட்டு நெருக்கடியை இந்திரா காந்தி பிரகடனம் செய்தார். ஜனநாயக உரிமைகள் மறுக்கப்பட்டன. நாடு முழுவதும் ஜனநாயக உரிமைகளை நிலைநாட்ட விரிந்த மேடைகள் உருவாக்கப்பட்டன. 1977இல் நெருக்கடி நிலை விலக்கிக் கொள்ளப்பட்டு நடைபெற்ற தேர்தலில் காங்கிரஸ் தோல்வி அடைந்தது. சுதந்திர இந்தியாவில் முதன் முறையாக, காங்கிரஸ் அல்லாத ஒரு அரசு பொறுப்பேற்றது. ஆனால் அவ்வாறு பொறுப்பேற்ற ஜனதா அரசு ஏறத்தாழ காங்கிரஸின் முதலாளித்துவ நிலப்பிரபுத்தவ ஆதரவுக் கொள்கைகளையே பின்பற்றியது. இவற்றால் 1979-80இல் ஏற்பட்ட கடும் பொருளாதார நெருக்கடியாலும், ஜனதாவில் அங்கம் வகித்த கட்சிகளின் உட்சண்டைகளாலும் அந்த ஆட்சியைக் கவிழ்ப்பது காங்கிரசுக்கு எளிதாக அமைந்தது. 1980இல் நாடு மீண்டும் ஒரு மக்களவைத் தேர்தலை சந்தித்தது.

1973இல் ஏற்பட்ட பெட்ரோலியம் விலை உயர்வை ஏற்கெனவே குறிப்பிட்டோம். 1978இல் மீண்டும் இவ் விலைகள் கிட்டத்தட்ட 90 % உயர்த்தப்பட்டன. இதுவும் பருவமழை பொய்த்ததால் ஏற்பட்ட வேளாண் உற்பத்தி சரிவும் கடும் பொருளாதார நெருக்கடியை 1979-80 இல் உருவாக்கியது. பணவீக்கம் 21 % ஆகியது. தானிய உற்பத்தி 18 % சரிந்தது. இந்தப் பின்னணியில் 1980 தேர்தலில் வெற்றி பெற்று மீண்டும் இந்திராகாந்தி தலைமையிலான காங்கிரஸ் ஆட்சிக்கு வந்தது.

1966-1980இல் ஒட்டுமொத்த வளர்ச்சி

மொத்தத்தில், இந்த காலகட்டத்தில் தொழில் வளர்ச்சி மந்தமாக இருந்தது. அந்நியச்செலாவணி பிரச்சினை தொடர்ந்து தீவிரமடைந்தது. பணவீக்கம் இக்காலம் முழுவதும் இரட்டை இலக்கத்திலேயே இருந்தது. வேலையின்மை பிரச்சினையில் எந்த முறிப்பும் ஏற்படவில்லை.இறுதியாக, 1980இல் கால் வைக்கும் பொழுது இந்தியா உற்பத்தியில் தேக்கத்தையும் பண வீக்கத்தையும் கடும் வேளாண் உற்பத்தி சரிவையும் சந்தித்தது. இதை ஆளும் வர்க்கங்கள் எப்படி சந்தித்தன என்பதை அடுத்துக் காண்போம்.

முன்றாம் கட்டம் 1980 - 1991
தாராளமயத் துவக்கம்

முந்தைய பகுதிகளில் 1950 முதல் 1980 வரை எவ்வாறு இந்திய நாட்டு வளர்ச்சியின் அரசியல் பொருளாதாரம் இருந்தது என்று பார்த்தோம். இந்த நான்காம் பகுதியில் 1980இல் தொடங்கி, தாராளமய, தனியார்மய, உலகமய கொள்கைகளின் தீவிரமான அமலாக்கம் துவங்கிய 1991ஆம் ஆண்டு வரையிலான வளர்ச்சி பற்றி பார்ப்போம்.

1950-1980: முக்கிய அம்சங்கள்

ஒட்டுமொத்தமாக, நாடு விடுதலை பெற்று, இந்தியக் குடியரசு உருவானபின் வந்த முதல் முப்பது ஆண்டுகளை மதிப்பீடு செய்தால் கீழ்க்கண்ட விஷயங்கள் தெளிவாகத் தெரியும்:

- தேச உற்பத்தி ஆண்டுக்கு 3 முதல் 3.5 சதமான வேகத்தில் வளர்ந்தது.
- மிகவும் பின் தங்கியிருந்த தொழில்துறை நவீனப்படுத்தப்பட்டு, பலபுதிய துறைகள் உருவாகி, பன்முக வளர்ச்சி பெற்றது. தகவல் தொடர்பு, போக்குவரத்து, மின்சார உற்பத்தி, ஆற்றல் துறை, நவீன எரிபொருள் உற்பத்தி, ரசாயன உரம், கனரக இயந்திரங்கள் என்று இந்தியத் தொழில்துறை நவீனமானது. இவ்வளர்ச்சி அன்றைய உலக சூழலில், ஒரு வலுவான சோசலிச முகாம் உதவியுடன் சாத்தியமானது. பனிப்போரின் பகுதியாக, சோசலிச முகாமுடனான போட்டியால் உந்தப்பட்டு மேலை நாடுகளும் நம் தொழில் வளர்ச்சிக்கு தேவையான சில தொழில்நுட்பங்களை விற்க முன்வந்தன. பன்னாட்டுக் கம்பனிகளும் ஏகாதிபத்திய அரசுகளும் பல முட்டுக்கட்டைகளைப் போட்டாலும், நம்மை சுரண்டினாலும், முற்றிலுமாக நமது தொழில்வளர்ச்சியை கட்டுப்படுத்துகின்ற வலு அவர்களுக்கு இல்லாதவாறு சோசலிச முகாமின் உதவி இருந்தது.

- பொதுத்துறை முதலீடுகள், ஐந்தாண்டு திட்டங்கள், இறக்குமதி மீதான கட்டுப்பாடுகள், கல்வி, ஆரோக்கியம், கட்டமைப்பு துறைகளில் அரசு மேற்கொண்ட முதலீடுகள் மற்றும் முயற்சிகள் ஆகியவற்றால் தேச உற்பத்தி வளர்ச்சி நடந்தது. இது வேளாண்துறையிலும் வெளிப்பட்டது. ஒரு எல்லைக்கு உட்பட்ட நில சீர்திருத்தமும் பாசனம், மின்சாரம் போன்றவற்றில் அரசு முதலீடுகளும் வேளாண் உற்பத்தியைப் பெருக்க உதவின. 1960களின்பிற்பகுதியில் இருந்து பசுமைபுரட்சி. வேளாண் உற்பத்தி தொடர்ந்து அதிகரிக்க உதவியது.
- 1960களின் நடுப்பகுதியில் ஏற்பட்ட மும்முனை நெருக்கடியை தொடர்ந்து அடுத்த 15 ஆண்டுகளில் தொழில் உற்பத்தி வளர்ச்சியில் மந்தநிலை ஏற்பட்டாலும் ஒட்டு மொத்த தேச உற்பத்தி மதிப்பு ஆண்டுக்கு 3 சதவிகித வேகத்தில் அதிகரித்தது. ஆனால் மீண்டும் 1979-80இல் நெருக்கடி தேசஉற்பத்தி வெடித்தது என்பதையும் இதன் அடிப்படை ஆளும் வர்க்கங்களின் பொருளாதார கொள்கைகளும் நிலக்குவியல் அடிப்படையிலான வேளாண் உற்பத்தி உறவுகளும் என்பதையும் நாம் இரண்டாம் பகுதியில் கண்டோம்.

1980களில் மாறிய உலகச்சூழல்

இந்திரா காந்தி தலைமையிலான காங்கிரஸ் 1980இல் நடைபெற்ற மக்களவை தேர்தலில் அறுதிப் பெரும்பான்மை பெற்று மத்தியில் அரசு அமைத்தது. முந்தைய 30 ஆண்டுகளில் பின்பற்றப்பட்டு வந்த முதலாளித்வ வளர்ச்சிப்பாதையில் சில முக்கிய மாற்றங்களை இந்த அரசு கொண்டுவந்தது. இறக்குமதிக்கு மாற்றாக உள்நாட்டில் உற்பத்தி, பொதுத்துறை முதலீடுக்கு மையமான பாத்திரம் போன்ற கொள்கை அம்சங்களுக்கு அழுத்தம் குறைந்தது. ஏற்றுமதியை ஊக்குவித்து வளர்ச்சியை அதிகப்படுத்துவது பற்றிய விவாதம் முன்வைக்கப்பட்டது. 1950 முதல் 1980 வரையிலான காலத்தில் தென் கொரியா, தைவான், ஹாங்காங், சிங்கப்பூர் போன்ற நாடுகள் ஏற்றுமதி ஊக்குவிப்பு மூலம் பெரும் வளர்ச்சி அடைந்ததாக சுட்டிக்காட்டப்பட்டது. இந்தியப் பொருளாதாரம் பன்னாட்டு பொருளதாரத்துடன் தனது உறவுகளை வலுப்படுத்திக்கொண்டு ஏற்றுமதியை ஊக்குவிக்க முற்படவேண்டும் என்றும் இதுவே அந்நியச்செலாவணி நெருக்கடியை எதிர்கொள்ள உதவும், என்றும் இதை செய்வதற்காக வெளிநாடுகளில் இருந்து தேவையானதொழில் நுட்பங்களைப்பெறவேண்டும் என்று வாதாடப்பட்டது. சிங்கப்பூரும் ஹாங்காங்கும் மிகச்சிறிய நாடுகளென்பதும் அவர்கள் உத்திகள்

இந்தியாவிற்குப் பொருந்தாது என்பதும் தெரிந்ததே. தென் கொரியா மற்றும் தைவான் நாடுகளைப் பொருத்தவரையில் அவை பனிப்போரில் அமெரிக்க அரசின் நேச நாடுகள்.மேலும் அமெரிக்காவின் சீன வியூகத்தில் முன்னணி நாடுகள். எனவே அவர்களது ஏற்றுமதிக்கு அமெரிக்க அரசு உறுதுணையாக இருந்தது. தவிர, இவ்விரு நாடுகளிலும் நிலச்சீர்திருத்தம் நடந்திருந்தது. கல்வியிலும் ஆரோக்கியத்திலும் அரசுமுதலீட்டால் முன்னேற்றம் நிகழ்ந்திருந்தது. அரசு இவ்விரு நாடுகளிலும் பொருளாதார நடவடிக்கைகளில் கணிசமான அளவிற்கு தலையிட்டு, முதலாளி வர்க்கத்தை ஒழுங்கு கட்டுப்பாடுகளுக்குள் வைத்திருந்தது. தொழிலாளி வர்க்கத்தின் மீதும் ஜனநாயக இயக்கங்கள் மீதும் கடும் அடக்குமுறைகளை அமலாக்கியது. இவை எதுவும் இந்தியாவிற்கு முழுமையாகப் பொருந்தாத நிலையில், நமது நாட்டின் மிகப்பெரும் மக்கள் தொகையையும் கணக்கில் கொண்டால் ஏற்றுமதியை மையப்படுத்திய வளர்ச்சி தந்திரம் என்பது இந்தியாவிற்குப் பொருத்தமற்றது என்பது புரியும். இதை ஆளும் வர்க்கங்களும் ஓரளவு உணர்ந்திருந்தன. எனினும், வளர்ச்சி விகிதத்தை உயர்த்துவது என்ற சவாலை சந்திக்க வேண்டியிருந்தது. அதே சமயம், 1980இல் நாடு ஒரு கடும் அன்னியச்செலாவணி நெருக்கடியையும் சந்தித்தது..

இந்த நிலையில் 1970களில் தொடர்ந்து ஏற்பட்ட முக்கிய பன்னாட்டுப் பொருளாதார மாற்றங்கள் இந்தியா எதிர்கொண்ட பந்நாட்டு சூழலில் பெரும் மாற்றத்தை ஏற்படுத்தின. 1945-50களில் ஏற்பட்ட மாற்றங்கள் பின்தங்கிய நாடுகளின் மற்றும் முன்னாள் காலனி நாடுகளின் வளர்ச்சிக்கு ஓரளவு சாதகமாக அமைந்தன என்பதை முந்தைய பகுதிகளில் நாம் பார்த்தோம்.அரசியல் விடுதலை முழுமையான பொருளாதார இறையாண்மையை உத்தரவாதப்படுத்தாவிட்டாலும், சோசலிச முகாமின் இருப்பு ஏழை நாடுகளுக்கு சாதகமாக இருந்தது. இக்கால கட்டத்தில்தான் அணிசேரா இயக்கம் வலுவாக இருந்தது. 1974இல் ஐக்கிய நாடுகள் அவையில் பன்னாட்டுப் பொருளாதார அமைப்பு, வளரும் நாடுகளுக்கு சாதகமாக மாற்றப்படவேண்டும் என்ற வலுவான குரல் ஒலித்தது. புதிய பன்னாட்டு பொருளாதார அமைப்பு ஏற்படுத்தப்படவேண்டும், காலனி ஆதிக்கத்திற்கு நட்ட ஈடு அளிக்கப்படவேண்டும் என்பவை உள்ளிட்ட ஒரு தீர்மானம் ஐக்கிய நாடுகளின் 37ஆவது பேரவை அமர்வில் சோசலிச நாடுகள் ஆதரவுடன், நிறைவேறியது. ஆனால் நிலமைகள் 1970களின் நடு மற்றும் பிற்பகுதியில் வேகமாக மாறத்தொடங்கின. இதற்கு முக்கிய

காரணம் நிதி மூலதன ஆதிக்கம் மேலோங்கி வந்ததாகும். இரண்டாம் உலகப்போருக்குப் பின் 30 ஆண்டுகளுக்கும் மேலாக ஏற்பட்ட முதலாளித்வ வளர்ச்சி பன்னாட்டு கம்பனிகள் கையிலும் மேலை நாட்டு செல்வந்தர்கள் கையிலும் பெரும் பணக்குவியலை ஏற்படுத்தியது. இதன் ஆதிக்கம், தொழில்நுட்ப வளர்ச்சியைப்பயன்படுத்திக்கொண்டு மேலும் அதிகரித்தது. இணையதள தொழில்நுட்பம் இருபத்திநான்கு மணி நேரமும் நிதிச்சந்தைகள் செயல்பட வழி வகுத்தது. ஆதிக்கத்துக்கு வந்த நிதி மூலதனம் நாடு விட்டு நாடு பாய்ந்து நிதிச்சந்தைகளில் பங்கு சந்தை, கடன் சந்தை, நாணயச்சந்தை, சரக்கு முன் பேரச் சந்தை இத்யாதி சந்தைகளில் உலகளாவிய அளவில் செயல்பட விழைந்தது. இதன் பகுதியாக 1970களின் பிற்பகுதி மற்றும் 1980களில் வளரும் நாடுகளில் பன்னாட்டு நிதிமூலதனம் பெரும் அளவில் நுழையத்துவங்கியது. வளரும் நாடுகள் படிப்படியாக பன்னாட்டு மூலதன கடன் வலையில் சிக்கின. ஐ.எம்.எஃப். இடம் கடன் வாங்கிய இந்தியாவும் தனது பொருளாதாரத்தை பன்னாட்டு முதலாளித்துவப் பொருளாதாரத்துடன் இணைத்துக்கொள்ளும் பாதையில் வேகமாக பயணிக்கத் துவங்கியது.

1980களில் அரசின் பொருளாதார யுக்திகள்

ஏற்றுமதி பற்றி பேசப்பட்டாலும், இந்திய நாட்டின் பொருளாதார வளர்ச்சியை வேகப்படுத்த ஆளும் வர்க்கங்கள் இரண்டு வகையில் செயல்பட்டன. கிராக்கியை உயர்த்துவதற்குஏற்றுமதி ஊக்குவிப்புடன் உள்நாட்டில் வசதி படைத்த, ஒருமேல்தட்டுப்பகுதியின் நுகர்வு விருப்பங்களை நிறைவு செய்யும் வகையில் செயல்பட்டு உள்நாட்டு சந்தையை விரிவாக்க முற்பட்டனர். இறக்குமதி கட்டுப்பாடுகளை தளர்த்தி அயல்நாடுகளில் இருந்து இயந்திரங்களை இறக்குமதி செய்து, அவற்றைப் பயன்படுத்தி ஆடம்பர நுகர்பொருட்களை உள்நாட்டில் உற்பத்தி செய்ய வழிவகுத்தனர். அரசின் வரவு-செலவு கொள்கைகள் அரசு முதலீடுகளையும் செலவுகளையும் அதிகரித்தன. இதன் மூலம் உற்பத்தி செய்யப்பட்ட ஆடம்பர நுகர்ப் பொருட்களுக்கு கிராக்கி உறுதி செய்யப்பட்டது. ஆனால், அரசின் கூடுதல் செலவுகள் செல்வந்தர்கள் மீது வரி விதித்து அதை வசூல் செய்து பெறப்படவில்லை. மாறாக, செல்வந்தர்களிடம் இருந்தே கடன் வாங்கி, அவர்கள் சொத்தையும் பாதுகாத்துக் கொடுத்து, அதன் மீது வட்டியையும் அவர்களுக்கு அரசு வழங்.கியது! அரசின் இந்த யுக்திகள் ஒரு புறம் பொருளாதார வளர்ச்சியை வேகப்படுத்தின. ஆனால், மறுபுறம், அரசின் உள்நாட்டுக் கடன் சுமை அதிகரித்தது. ராஜீவ் காந்தியைப் பிரதமராகக் கொண்ட ஆட்சியில் இப்போக்கு

மேலும் தீவிரம் அடைந்தது. மேலும், இறக்குமதி கட்டுப்பாடுகளை தளர்த்தி உள்நாட்டு செல்வந்தர்கள் மற்றும் உயர் மத்தியதரப்பகுதியினர்கள் விரும்புகிற நுகர் பொருட்களை உள்நாட்டில் உற்பத்தி செய்யும் வகையில் இயந்திரங்களை இறக்குமதி செய்ய அனுமதித்தது, அன்னியச்செலாவணி பற்றாக்குறையை ஏற்படுத்திய பொழுது, அன்னியக்கடன் வாங்குவதும் அதிகரித்தது. படிப்படியாக, இப்போக்குகள் 1990 வாக்கில் மீண்டும் அரசின் நிதி நெருக்கடிக்கும் அன்னியச்செலாவணி நெருக்கடிக்கும் நாட்டை இட்டுச்சென்றன. கூடுதல் பொருளாதார வளர்ச்சி விகிதம் ஒருபுறம், அரசின் நிதி மற்றும் அன்னியச்செலாவணி நெருக்கடி மறுபக்கம் எந்த முரண்களை சற்று விரிவாகப்பார்ப்போம்.

1980களில் இந்தியப் பொருளாதார வளர்ச்சியும் அதன் முரண்பாடுகளும்

1950-1980 காலத்தில் ஆண்டுக்கு 3 முதல் 3.5% என்ற வேகத்தில் இருந்த இந்தியாவின் பொருளாதார வளர்ச்சி 1980 களில் கிட்டத்தட்ட 6%ஐ எட்டியது. 1980-81 முதல் 1990-91 வரையிலான காலத்தில் வேளாண் உற்பத்தி ஆண்டுக்கு 4 % என்ற அளவில் முன்பு எப்பொழுதும் இல்லாத அளவில் உயர்ந்தது. இதில் கோதுமை உற்பத்தி ஆண்டுக்கு 4.38 % வேகத்திலும் நெல் உற்பத்தி 3.84 % என்ற வேகத்திலும் அதிகரித்தன தொழில் துறை 1966இல் இருந்து 1970களின் பிற்பகுதி வரை இருந்த மந்த நிலையில் இருந்து மீண்டு, 1980-81 முதல் 1989-90 வரையிலான காலத்தில் ஆண்டுக்கு 7.8 %என்ற வேகத்தில் அதிகரித்தது. சேவைத்துறை இவ்விரு துறைகளையும் விட வேகமாக வளர்ந்தது.1980-81இல் நாட்டு மொத்த உற்பத்தியில் 36சதமாக இருந்த சேவைத் துறையின் பங்கு 1990-91 இல் 39.1 %ஆக உயர்ந்தது.ஒட்டுமொத்தமாக, 1980களின் இரண்டாம் பாதியில் வளர்ச்சி விகிதம் ஆண்டுக்கு 6 % ஐ எட்டியது.

ஆனால், இந்த வளர்ச்சி முக்கிய முரண்பாடுகளைக் கொண்டிருந்தது. ஒருபுறம் அரசின் ஒருங்கிணைந்த ஊரக வளர்ச்சி திட்டம் போன்றவை கிராமப்புறங்களில் சுய வேலை மற்றும் கூலி வேலை வாய்ப்புகளை சற்று அதிகப்படுத்த உதவின. அதேபோல் தொழில் வளர்ச்சியும் சில வேலை வாய்ப்புகளை ஏற்படுத்தியது. ஆனால், 1985க்குப் பிறகு ராஜீவ் காந்தி அரசு தாராளமய கொள்கைகளை அமலாக்கத் துவங்கியபின், பொதுத்துறையில் மந்தம் ஏற்பட்டது. தனியார்துறை ஊக்கப்படுத்தப்பட்டது.வேலை வாய்ப்புகள் விரிவாக்க வேகம் குறைந்தது. எனினும் உற்பத்தி பெருகியதும் அரசின் வறுமை எதிர்ப்பு மற்றும் வளர்ச்சி நடவடிக்கைகளும் ஓரளவு வறுமை குறைப்பில் பங்காற்றின.

பிரச்சினை என்னவென்றால் இந்தவளர்ச்சி உள்நாட்டிலும் வெளிநாட்டிலும் கடன் வாங்கி அரசு செய்த செலவுகளைச் சார்ந்து இருந்தது. காலப்போக்கில் அன்னியக்கடன் சுமை அதிகரித்தது. 1980இல் 20 பில்லியன் அமெரிக்கா டாலராக இருந்த அன்னியக்கடன் 1990இல் நான்கு மடங்கு அதிகரித்து 82 பில்லியன் டாலராக உயர்ந்தது.இந்த சுமையின் அளவை எப்படிப் புரிந்துகொள்வது? அன்னியக்கடன் அசல் தவணையையும் ஆண்டு வட்டியையும் ரூபாயாகக் கொடுக்கமுடியாது. டாலராக கொடுக்கவேண்டும். அதற்கு ஏற்றுமதி மூலம் டாலர் ஈட்டியாக வேண்டும். இவ்வாறு நாம் பெறும் ஏற்றுமதியில் 1980இல் 9% அன்னியக்கடனுக்கு அசல் தவணையாகவும் ஆண்டு வட்டியாகவும் சென்றது. 1990 இல் இத்தொகை ஏற்றுமதி மதிப்பில் 33 சதமாக அதிகரித்தது! அதாவது, விவசாயியின் அறுவடையில் களத்து மேட்டிலேயே மூன்றில் ஒரு பங்கு கடன் கொடுத்த மிராசுதார் எடுத்துச்செல்வது போல்! அதேபோல் உள்நாட்டிலும் செல்வந்தர்கள் மீது வரிபோடாமல் கடன் வாங்கி அரசு செலவுகளை செய்ததால், அரசின் நிதிப் பற்றாக்குறை அதிகரித்தது. அரசின் கடன் பத்திரங்களை வாங்கிக்கொண்ட பெரு முதலாளி நிறுவனங்களுக்கும் செல்வந்தர்களுக்கும் கடனுக்கு வட்டியாக அரசு செலவிட வேண்டிய தொகை கூடிக்கொண்டே வந்தது. 1980-85 காலத்தில் தேச உற்பத்தியில் 1.7% ஆக இருந்த வட்டிச்சுமை 1985-90 காலத்தில் 2.83% ஆக உயர்ந்தது. 1980-85 காலத்தில் நாம் வாங்கிய அன்னியக்கடன் ஐ.எம்.எஃப்.மற்றும் ஆசிய வளர்ச்சி வங்கி போன்ற நிறுவனங்களிடம் இருந்து என்பதால், வட்டி விகிதமும் மிக அதிகமாக இல்லை, இவை நீண்ட கால கடன்களாகவும் இருந்தன. ஆனால் 1985-90 காலத்தில் ராஜீவ் காந்தி தலைமையிலான காங்கிரஸ் அரசு ஏராளமான வணிகக் கடன்களை வாங்கியது.இவை குறுகிய காலக் கடன்கள், அதிக வட்டி கடன்கள். இப்போக்குகளால் 1990-91 வாக்கில் உள்நாட்டு மற்றும் வெளிநாட்டுக்கடன்சுமை பெரும் பாரமாக ஆகியது.

1989-91 காலகட்டத்தின் முக்கிய பன்னாட்டு, உள்நாட்டு நிகழ்வுகள்

1980களின் இறுதியிலும் 1990களின் துவக்கத்திலும் ஏற்பட்ட பன்னாட்டு, உள்நாட்டு நிகழ்வுகளும் நிலமையை மேலும் சிக்கலாக்கின. 1989-91 காலத்தில் சோசலிச முகாம் பெரும் பின்னடைவை சந்தித்தது. கிழக்கு ஐரோப்பாவிலும் சோவியத் ஒன்றியத்திலும் சோசலிச அரசுகள் தகர்க்கப்பட்டன. எதிர்ப் புரட்சி வெற்றி பெற்று இந்த நாடுகளில் முதலாளித்துவம் நிலைநாட்டப்பட்டது. இது வளரும் நாடுகளுக்கு கடுமையான விளைவுகளை ஏற்படுத்தியது.

மேலை ஏகாதிபத்திய நாடுகளின் கை ஓங்கியது சோசலிஸ்ட் அல்லாத வளரும் நாட்டு ஆளும் வர்க்கங்களின் ஏகாதிபத்திய எதிர்ப்பு பலவீனம் அடைந்தது. இந்திய ஆட்சியாளர்களின் கொள்கைகளிலும் இது பிரதிபலித்தது. சோசலிச முகாமின் உதவி இல்லாத நிலையில், தொழில்நுட்பம், சந்தை, நிதி, என்று பல முக்கிய விசயங்களிலும் மேலை நாட்டு பன்னாட்டுக் நிறுவங்களை சார்ந்து நிற்கும் நிலை உருவாகியது. இந்தியாவிற்குள், ஏற்கெனவே ஆளும் வர்க்கங்கள் துவக்கி இருந்த தாராளமய கொள்கைகளுக்கு இது வலு ஊட்டியது. தனியார்மயம், உலகமயம் போன்ற கொள்கைகள் ஆளும் வர்க்கங்கள் மத்தியில் முன்பை விட கூடுதல் வரவேற்பையும் ஆதரவையும் பெறத்தொடங்கின. இத்துடன் சில குறிப்பிட்ட பன்னாட்டு நிகழ்வுகளும் இந்தியப் பொருளாதாரத்தின் நெருக்கடியை தீவிரப்படுத்தின.

முதலில் இரான், இராக் சண்டையும் பின்னர் இராக் குவைத் நாட்டின் மீது படை எடுத்ததை காரணம் காட்டி, அமெரிக்கா இராக்கின் மீது தொடுத்த போரும் பெட்ரோலியம் எண்ணைய் விலையை பலமடங்கு உயர்த்தியது. இது இந்தியாவின் இறக்குமதி செலவுகளை உயர்த்தியது. மேலும், பாரசீக வளைகுடா நாடுகளில் வாழ்ந்து தங்கள் வருமானத்தில் கணிசமான பகுதியை இந்தியாவிற்கு அனுப்பிவந்த உழைப்பாளி மக்களில் எராளமானோர் அங்கு ஏற்பட்டிருந்த யுத்த சூழல் காரணமாக நாடு திரும்ப வேண்டி வந்தது.. இவ்விரண்டு நிகழ்வுகளும் இந்தியாவின் அன்னியச் செலாவணி நெருக்கடியை மேலும் சிக்கலாக்கின. உள்நாட்டில் 1989 தேர்தலில் காங்கிரஸ் கட்சி தோல்வி அடைந்து வி.பி.சிங் தலைமையிலான தேசீய முன்னணி மத்தியில் அரசு அமைத்தது. இந்த அரசு பா.ஜ.க.கட்சியின் ஆதரவைச்சார்ந்து இருந்தது.ஆனால் வெகு விரைவில் பா.ஜ.க. இந்த அரசுக்கு எதிர்நிலை எடுத்தது. அயோத்தியில் ராமர் கோவில் கட்டுவது என்ற போர்வையில் மதவெறியைக் கிளப்பிய பா.ஜ.க.வும் காங்கிரசும் வி.பி.சிங் தலைமையிலான தேசீய முன்னணி அரசை கவிழ்த்தன. 1990-91 காலம் இவ்வாறு இந்தியாவில் அரசியல் உறுதியற்ற நிலையைக் கொண்டிருந்தது. இப்பின்னணியில் வெளிநாட்டுவாழ் இந்தியர்கள் இந்தியாவில் வங்கிகணக்குகளில் வைத்திருந்த அன்னியச்செலாவணி சேமிப்புகளை வெளியே கொண்டு சென்றனர்.வி.பி.சிங் அரசைக் கவிழ்த்து, ஒரு சில பாராளுமன்ற உறுப்பினர்களையே கொண்டிருந்த சந்திரசேகர் என்பவரின் தலைமையில் ஒரு சிறுபான்மை அரசை ஆட்சியில் அமர்த்தியிருந்த காங்கிரஸ் 1991 ஆரம்பத்தில் தனது ஆதரவை விலக்கிக் கொண்டதனால் இந்தியா 1991 ஏப்ரல் மே மாதங்களில் மீண்டும் ஒரு மக்களவைத் தேர்தலை எதிர்கொண்டது.

இரண்டு கட்டமாக நடைபெற்ற இத்தேர்தலில் முதல் கட்டத்தில் காங்கிரஸ் பெரும் தோல்வியை சந்தித்தது. ஆனால்.ராஜீவ் காந்தி படுகொலை செய்யப்பட்ட துயர சம்பவத்தினால் ஏற்பட்ட அனுதாப அலை, இரண்டாம் கட்டத்தில் காங்கிரஸுக்கு சாதகமாக அமைந்தது.இருப்பினும், காங்கிரஸ் அறுதிப்பெரும்பான்மை பெறவில்லை. பின்னர், சில ஜார்கண்ட் முக்தி மோர்ச்சா பாராளுமன்ற உறுப்பினர்களின் ஆதரவைப் பெற்று நரசிம்ம ராவை பிரதமராகக் கொண்ட காங்கிரஸ் அரசு பெரும்பான்மையை பெற்றது.

பொருளாதார “சீர்திருத்தங்கள்” 1991

சிறுபான்மை அரசாக இருந்த போதிலும் நரசிம்ம ராவ் அரசு அதிரடி பொருளாதார சீர்திருத்தங்களை நாட்டின் மீது திணித்தது. தனது தேர்தல் அறிக்கையில் புதிய பொருளாதார கொள்கைகள் பற்றி எதுவும் கூறாமல், பண வீக்கத்தை அடக்கி விடுவோம், வேலை இன்மையை விரட்டி விடுவோம், ஏழ்மையை ஒழித்து விடுவோம் என்றெல்லாம் வாக்குறுதிகளை அள்ளிவீசியது. ஆனால், ஆட்சிக்கு வந்த மறு நாளே, உலக வங்கி வழிகாட்டுதலின்படி ரூபாய் மதிப்பை அமெரிக்க டாலருக்கு எதிராக 22% குறைத்தது. நாடு கடும் அன்னியச் செலாவணி நெருக்கடியையும் அரசு நிதி பற்றாக்குறையையும் சந்திப்பதால், ஐ.எம்.எஃப். மற்றும் உலக வங்கியிடம் கடன் வாங்குவதை தவிர வேறு வழி இல்லை என்று வாதாடியது.இவற்றை பெறுவதற்கு அவசியம் அவர்கள் விதிக்கும் நிபந்தனைகளை ஏற்றுத்தான் ஆக வேண்டும் என்ற நிலை எடுத்தது. உரவிலைகளை உயர்த்தியது. பொது வினியோக அமைப்பின் கீழ் விற்கப்படும் தானியம் உள்ளிட்ட பொருட்களின் விலைகளை கிட்டத்தட்ட இரு மடங்காக ஆக்கியது. தொடர்ந்து பல மக்கள் விரோத நடவடிக்கைகளை மேற்கொண்டது. துவக்கத்தில் இந்த நடவடிக்கைகளை தவிர்க்க முடியாமல், அன்னியக் கடன் நிபந்தனைகள் காரணமாக எடுக்க வேண்டி உள்ளது என்று கூறி வந்த மைனாரிட்டி நரசிம்ம ராவ் அரசு, காலப்போக்கில் இந்த நடவடிக்கைகள் தான் நாட்டுக்கு தேவை என்றும், இந்தப்பாதையில் இன்னும் தீவிரமாகச் செல்லவேண்டும் என்றும் நிலை எடுத்தது. இறக்குமதி கட்டுப்பாடுகள் மூலம் அன்னியச்செலாவணியை சேமிக்கும் வழிமுறைகளையோ, செல்வந்தர்கள் மீது வரி போட்டு வளங்களை திரட்டி, முதலீடுகளை மேற்கொள்ளும் யுக்திகளையோ பின்பற்ற அரசு மறுத்தது. இதன் தொடர்ச்சியாக பல்வேறு “பொருளாதார சீர்திருத்த” நடவடிக்கைகளை நரசிம்ம ராவ் அரசு மேற்கொண்டது.

நெருக்கடியைப் பற்றிய அரசின் இத்தகைய வர்ணனையில் அன்னியச்செலாவணி பற்றாக்குறை, அரசு நிதி பற்றாக்குறை ஆகியவை இடம் பெறுகின்றன. ஆனால், சாதாரண மக்களைப் பொருத்தவரையில் பொருளாதார நெருக்கடி என்பது வேலை இன்மையைக் குறிக்கும், வறுமையை குறிக்கும், கடும் விலைவாசி உயர்வை குறிக்கும். இவை எல்லாம் நெருக்கடி பற்றிய அரசின் கணிப்பில் ஏன் இடம் பெறுவதில்லை என்றால், ஒரு முதலாளித்வ அமைப்பில் வேலை இன்மையோ, வறுமையோ பிரச்சினையாக மட்டும் பார்க்கப்படுவதில்லை. முதலாளிவர்க்கத்தைப் பொருத்தவரையில், வேலை இன்மை ஒரு எல்லைக்கு உட்பட்டு அவசியம். எல்லோருக்கும் வேலை இருந்து விட்டால், தொழிலாளிகளை கட்டுப்படுத்துவது சாத்தியமாகாது. வேலை இன்மை என்ற அச்சுறுத்தல் தான் தொழிலாளியை அடிபணிய வைக்க சிறந்த ஆயுதம் என்பது முதலாளித்துவ தத்துவம். அதேபோல், நாட்டில் வறுமை மலிந்திருந்தால், கிடைத்ததே, கிடைப்பதே பரவாயில்லை என்று பலரையும் கருதவைக்க முடியும். .தத்தம் பொருளாதார நிலையை ஏற்க வைக்க இது உதவும். ஆகவே, நெருக்கடி பற்றிய ஆளும் வர்க்க வறையறையில், வறுமையும் வேலை இன்மையும் முன்வைக்கப்படுவதில்லை. எனினும் இவை கட்டுக்கு அடங்காமல் போய் விட்டால் சமூக அமைதி கெடும் என்ற அச்சம் ஆளும் வர்க்கத்திற்கு உண்டு. மேலும் பாராளுமன்ற ஜனநாயக அமைப்பில் மக்கள் கருத்துக்களை முற்றிலும் புறக்கணித்து விட முடியாது. எனவே தான் ஆளும் வர்க்கங்களுக்கு சாதகமான கருத்துக்களை மக்கள் மனதில் விதைக்க ஊடகங்களும் வேறுபல உத்திகளும் பயன்படுத்தப்படுகின்றன. இது தான் 1991இலும் நடந்தது.

நிதி மூலதனம் ஆதிக்கத்திற்கு வந்தது, சோசலிசநாடுகளில் ஏற்பட்ட பின்னடைவு, மேற்கு ஆசியப் பகுதி நிகழ்வுகள் விளைவாக உருவான அன்னியச்செலாவணி பிரச்சினைகள் போன்ற பன்னாட்டு சூழல் தொடர்பான பிரச்சினைகள் 1991 நெருக்கடியில் முக்கிய பங்கு ஆற்றின என்பதை மறுக்க முடியாது. அதே சமயம், இந்தியா 1991 இல் எதிர்கொண்ட நெருக்கடியின் வேர்கள் ஆளும் வர்க்கங்கள் பின்பற்றிய வளர்ச்சிப்பாதையில் இருந்தன என்பதும் உண்மை. நிலக்குவியலை தகர்க்காமல் ஏற்றுமதி மூலமும் ஒரு சிறு பகுதி செல்வந்தர்கள் மற்றும் உயர் மத்திய தர வர்க்கங்களின் வாங்கும் சக்தியின் அடிப்படையில் கிராக்கியை தொடர்ந்து அதிகப்படுத்தி பொருளாதார வளர்ச்சியை சாதிக்க அரசு முற்பட்டது. பன்னாட்டுக் கடன், உள்நாட்டுக்கடன் மூலம் கிராக்கியை தூக்கி நிறுத்த

முற்பட்டது.செல்வந்தர்கள் மீது வரிபோட மறுத்தது.போட்ட வரிகளையும் முறையாக வசூல் செய்யவில்லை. பன்னாட்டு நிகழ்வுகளின் பின்புலத்தில் ஏற்கெனவே பன்னாட்டு நிதி மூலதந்த்துடன் மேலும் மேலும் கூடு வைத்துக்கொள்ளும் தன்மை கொண்ட இந்தியப் பெரு முதலாளிகள் சோசலிச பின்னடைவிற்குப் பின் இத்திசையில் மேலும் தீவிரமாக பயணித்தனர். மார்க்சிஸ்ட் கம்யூனிஸ்ட் கட்சியின் திட்டம் கூறும் இந்திய அரசின் வர்க்கத்தன்மை பற்றிய புரிதல் மிகச்சரியானது என்பது தெளிவாகிறது.

1991 நெருக்கடியை எதிர்கொள்ள அரசு அமல்படுத்திய சீர்திருத்தங்களின் தன்மை பற்றியும் விளைவுகள் பற்றியும் அடுத்துப் பார்ப்போம்.

நான்காம் கட்டம் 1991 - 2014
உலகமயக் காலகட்டம்

1990-களின் துவக்கத்திலிருந்து குறிப்பாக, 1991இல் நரசிம்ம ராவ் தலைமையிலான காங்கிரஸ் சிறுபான்மை அரசு அமைக்கப்பட்டபின் நவீன தாராளமய சீர்திருத்தங்கள் தீவிரப்படுத்தப்பட்டன. இச்சீர்திருத்தங்களுக்கு மூன்று முக்கிய இலக்கணங்கள் உண்டு. அவையாவன: தாராளமயம், தனியார்மயம், உலகமயம். இவற்றை இணைத்து நவீன தாராளமயக் கொள்கைகள் என்றும் அல்லது சுருக்கமாக நவீன தாராளமயம் என்றும் அழைப்பது வழக்கம். நவீன தாராளமயம் என்பது இந்தக்கொள்கைகளின் தத்துவ அடிப்படையையும் குறிக்கும் சொற்றொடர் ஆகும். இதன் பகுதியான, மேலே குறிப்பிடப்பட்டுள்ள மூன்று இலக்கணங்கள் ஒவ்வொன்றைப்பற்றியும் சரியான புரிதல் அவசியம்..

தாராளமயமாக்கல்

முதலாளித்துவம் மேலை நாடுகளில் 17,18ஆம் நூற்றாண்டுகளில் தோன்றி வளர்ந்து வந்த கட்டத்தில் அதற்கு முந்தைய காலத்தில் அரசர்களிடம் சில வணிகர்கள் சிறப்பு சலுகைகள் பெற்று வந்தனர். அரசர்களும் குறு நில மன்னர்களும் தனியார் தொழில்முனைவோர் மீதும் வணிகத்தின் மீதும் பல நிபந்தனைகளையும் வரிகளையும் விதித்து வந்தனர்.இவையெல்லாம் முதலாளித்வத்தின் தங்கு தடையற்ற வளர்ச்சிக்கு இடையூறாக இருந்தன. 18ஆம் நூற்றாண்டின் பிற்பகுதியிலும் 19ஆம் நூற்றாண்டிலும் வளர்ந்துவரும் முதலாளிகள் மீது அரசு கட்டுப்பாடுகள் விதிக்கக்கூடாது என்ற கோட்பாடு முதலாளிவர்க்கத்தின் சார்பாக ஆதாம் ஸ்மித், ரிக்கார்தோ போன்ற பிரிட்டிஷ் நாட்டு அரசியல்பொருளாதார அறிஞர்களால் முன்வைக்கப்பட்டது. இந்த 'அரசு தலையீடாமை' என்ற தத்துவம் தான் தாராளமய தத்துவம் என்று அழைக்கப்பட்டது. இதன் தத்துவ இயல் பின்புலமாக இருந்தது 'தனி நபர் சுதந்திரம்' என்ற கோட்பாடு. இந்த கோட்பாட்டின் உண்மையான உள்ளடக்கம் அரசு தலையீடே பொருளாதாரத்தில் இல்லை என்பது அல்ல. மாறாக, முதலாளிகளின் செயல்பாடுகள் மீது அரசு கட்டுப்பாடு கூடாது என்பது தான். டாக்டர் அம்பேத்கர், அரசு தலையீடு இன்மை தான் 'சுதந்திரம்' அளிக்கும் என்ற வாதத்தைப் பற்றி பின்வருமாறு மிகச்சரியாக

குறிப்பிடுகிறார்: "யாருக்கு இந்தச் சுதந்திரம்? நிலப்பிரபுவிற்கு குத்தகையை உயர்த்த சுதந்திரம். முதலாளிகளுக்கு வேலை நேரத்தை அதிகரிக்க சுதந்திரம். தொழிலாளியின் கூலியை குறைக்க சுதந்திரம்." மேலும் தாராளமயம் என்பது முதலாளிகள் பால் தாராளம் மட்டுமே என்பதை 18,19ஆம் நூற்றாண்டுகளில் தாராளமய தத்துவத்தை முன்வைத்தவர்கள் காலனி ஆதிக்கத்தை எதிர்க்கவில்லை என்பதில் இருந்தே புரிந்து கொள்ளலாம். தத்தம் நாட்டு முதலாளிகளின் சுரண்டலுக்கு உலகின் பெரும்பகுதியை உட்படுத்துவதற்கு மேலை முதலாளித்துவ அரசுகள் காலனியாதிக்கத்தை மேற்கொண்டனர் என்பது தானே வரலாறு! ஆகவே அரசின் மையப்பங்குடன் தான் முதலாளித்துவம் வளர்ந்தது, உலகம் முழுவதும் பரவியது. அதேபோல் முதலாளித்துவ அரசுகளின் வரிக்கொள்கைகள், உழைப்பாளி மக்களின் உரிமைப் போராட்டங்களின்பால் அவற்றின் அணுகுமுறை என்பவை எல்லாமே, தாராளமய தத்துவம் எந்தவகையிலும் அரசின் பங்கை நிராகரிக்கவில்லை என்பதையும், அதே சமயம் முதலாளிகள் பால் தாராளமான அணுகுமுறை என்பதே இதன் உள்ளடக்கம் என்பதையும் நாம் புரிந்துகொள்ள வேண்டும். இந்த நாணயத்தின் மறுபக்கம் தான் உழைப்பாளி மக்கள் மீது 'தாராளமய அரசுகள் ஏவி விடும் அடக்குமுறைத் தாக்குதல்கள்.

ஆனால் தாராளமயம் பற்றி ஆளும் வர்க்கங்களும் அவர்கள் ஊடகங்களும் எப்படி வாதாடுகின்றன? சிறு தொழில்முனைவோருக்கு ஆதரவாக தாங்கள் இருப்பதுபோல் வேடம் தரிக்கின்றன. அரசு கட்டுப்பாடுகள் அதிகார வர்க்கத்தின் பிடியில் சிறு தொழில் முனைவோரை சிறைப்படுத்துகின்றன என்றும் இதிலிருந்து அவர்கள் மொழியில், 'இன்ஸ்பெக்டர் ராஜ்ஜியத்தில்' இருந்து அவர்களை விடுவிக்கவே தாராளமயம் அவசியம் என்றும் பிரச்சாரம் செய்கின்றனர். அண்மையில், கூச்ச நாச்சமின்றி தாராளமயத்தை தீவிரப்படுத்த இன்னொரு வாதமும் மன்மோகன் வகையறாக்களால் முன்வைக்கப்படுகிறது. அது என்னவென்றால், அரசு கட்டுப்பாடுகள் விதித்தால் (எடுத்துக்காட்டாக, சுற்றுச் சூழல் நெறிமுறைகளை அமல்படுத்தினால்) முதலாளிமார்களின் ஊக்கம் குறைந்து விடும், அதனால் முதலீடு குறையும், எனவே பொருளாதார வளர்ச்சி பாதிக்கப்படும் என்ற வாதம். உண்மையில் தாராளமயம் என்பது இந்திய மற்றும் அந்நிய முதலாளிகள் மீது எந்தக் கட்டுப்பாடும் விதிக்காமல், அவர்கள் தங்கு தடையின்றி லாப வேட்டையில் ஈடுபடுவதை ஊக்குவிக்கும் கொள்கையாகும். இதன் மறுபக்கம், பெருமுதலாளிகளின் சுரண்டலையும் அதற்கு ஆதரவான அரசின்

கொள்கைகளையும் நடவடிக்கைகளையும் எதிர்த்துப் போராடும் மக்கள் மீது கடும் அடக்குமுறையை கட்டவிழ்த்து விடுவதாகும்.

தனியார் மயமாக்கல்

தனியார்மயம் என்பதன் ஒரு முக்கிய அம்சம் பொதுத்துறை நிறுவனங்களின் பங்குகளை தனியாருக்கு விற்பது என்பதாகும். இதை எதிர்ப்பது அவசியம். தனியார்கள் அரசு விற்கும் பங்கை வாங்குகின்றனர் என்பதன் பொருள் என்ன? அதன் மூலம் அவர்கள் லாபம் அடைய முடியும் என்ற எதிர்பார்ப்பு தானே?, அது சரி என்றால், ஏன் அரசே அப்பங்குகளை கைவசம் வைத்துக்கொண்டு லாபம் ஈட்டி, வளர்ச்சிப்பணிகளுக்குப் பயன்படுத்தக்கூடாது? ஆகவே, பொதுத்துறைப் பங்குகளை தனியாருக்கு விற்பது என்பது எந்த வகையிலும் பொருத்தமில்லை. குறிப்பாக, லாபம் ஈட்டும் நிறுவனங்களின் பங்குகளை விற்பதை நியாயப்படுத்த முடியாது. உண்மையில் நிகழ்வது என்னவெனில் லாபம் ஈட்டித்தரும் நிறுவனப்பங்குகளை அடிமாட்டு விலைக்கு அரசு விற்று வருகிறது. இதன் மூலம் கிடைக்கும் வருமானத்தை வைத்து அரசின் வரவு செலவு பற்றாக்குறையை குறைத்துக்காட்டி, பன்னாட்டு மூலதனத்தை திருப்திப்படுத்த முற்படுகிறது. இவ்விசயத்தில் இன்னொரு கேள்வியும் எழுகிறது. ஐந்தே ஆண்டுகள் ஆட்சிப் பொறுப்பில் உள்ள அரசுக்கு மக்கள் சொத்தான பொதுத்துறை நிறுவனங்களின் பங்குகளை விற்க உரிமை வழங்கியது யார்? பாராளுமன்றத்தில் வரவுசெலவு அறிக்கைக்கு ஒப்புதல் கோரும் பொழுது அரசு முன்வைப்பது ஒரு நிதி ஆண்டுக்கு பொதுத்துறை நிறுவனப்பங்குகள் விற்பனை மூலம் எவ்வளவு வருவாய் கிடைக்கும் என்பது பற்றிய மதிப்பீடு மட்டுமே. எந்த நிறுவனப் பங்குகளை விற்போம், என்ன தொகைக்கு விற்போம் என்பது பற்றி அரசு முன்மொழிவதில்லை. இது முறையா என்ற அடிப்படை கேள்வி ஒன்று உள்ளது. இதெல்லாம் ஒருபுறம் இருந்தாலும், பொதுத்துறை பங்குகளை விற்கக்கூடாது, மாறாக அவற்றை சமூக நோக்கங்களை நிறைவேற்றுவதற்கு உட்பட்டு லாபகரமாக இயக்க வேண்டும் என்பதே இடதுசாரிகளின் நிலைப்பாடு. கேரளாவில் இடது முன்னணி அரசு இதை செய்து காட்டி உள்ளது. ஐக்கிய ஜனநாயக முன்னணி ஆட்சியில் நட்டத்தில் ஓடிக் கொண்டிருந்த நிறுவனங்களை நம்மால் லாபம் ஈட்டும் நிறுவனங்களாக மாற்ற முடிந்தது. ஆக, பொதுத்துறை பங்குகளை விற்பது என்ற பொருளில் தனியார்மயத்தை நாம் எதிர்த்து வருவது மிகச் சரியானதே.

ஆனால் தனியார்மயம் என்பது பொதுத்துறை நிறுவனங்களில் அரசின் பங்குகளை தனியாருக்கு விற்பது மட்டும் அல்ல. அரசின்

பொறுப்பு என்று கருதப்பட்டு வந்த பல துறைகளை பொது நன்மை நோக்கில் செயல்படவேண்டிய துறைகளை தனியாரிடம் ஒப்படைத்து, லாப அடிப்படையில் அவை செயல்படலாம் என்று அனுமதிப்பது தனியார்மயக் கொள்கைகளின் இன்னொரு மிக முக்கிய அம்சம். கல்வி, ஆரோக்கியம், மற்றும் கட்டமைப்பு துறைகள் இதற்கு மிகச் சிறந்த எடுத்துக்காட்டுகள்.நமது நாட்டில் கல்வியிலும் ஆரோக்கியத்திலும் நீண்ட காலமாக தனியார் அமைப்புகள் பங்காற்றி வந்துள்ளன என்பது உண்மை தான்.ஆனால் இவ்வமைப்புகள் லாப நோக்கத்துடன் கடந்த காலங்களில் செயல்பட்டதில்லை.பெரும்பாலும் சமூக மேம்பாடு என்ற நோக்கில் செயல்பட்டவை.இவற்றில் பல விடுதலைப் போராட்ட காலத்தில் சமூகத்தொண்டு என்ற நோக்குடன் நிறுவப்பட்டவை. பல சமயங்களில் சாதி, சமய சமூக அடிப்படையிலும்கூட உருவாக்கப்பட்டு, அதே சமயம் அனைத்து சமய, சமூக மாணவ மாணவியரையும் சேர்த்துக் கொள்ளும் நிறுவனங்களாக இயங்கின. ஆனால் 1991க்குப்பின், தனியார்மயம் என்பது கல்வித்துறையிலும் ஆரோக்கியத்துறையிலும் முழுக்க முழுக்க வணிகமயமாகவே அமலாகியுள்ளது. ஒரு துறை தனியாருக்கு திறந்து விடுவது என்பது வெறும் நிர்வாக ஏற்பாடு அல்ல. திறன் குறைந்த பொது மேலாண்மைக்குப் பதிலாக திறன் மிக்க தனியார் மேலாண்மை என்ற தவறான படப்பிடிப்பை முன்வைத்து, இதை நியாயப்படுத்த ஆளும் வர்க்கங்கள் முயல்கின்றன. மறுபுறம், அரசிடம் காசு இல்லை, ஆகவே தனியாரிடம் கல்வியையும் ஆரோக்கியத்தையும் ஒப்படைப்பதைத் தவிற வேறு வழியில்லை என்றும் வாதிடப்படுகிறது. இந்த வாதங்கள் தவறானவை.பிரச்சினை மேலாண்மைத் திறன் அல்ல. தனியார் துறை மேலாண்மை பொதுத்துறை மேலாண்மையை விட அதிகத் திறன் கொண்டது என்று கருத எந்த ஆதாரமும் கிடையாது.சொல்லப்போனால், ஏராளமான தனியார் நிறுவனங்கள் நட்டத்தில் சிக்கி காணாமல் போகின்றன.மறுபக்கம், சமூக நோக்கங்களையும் நிறைவேற்றிக்கொண்டே பொதுத்துறை நிஉவனங்கள் லாபகரமாக இயங்கி வருகின்றன. அதேபோல், அரசிடம் காசு இல்லை என்றா சொல்வது, அரசு செல்வந்தர்கள் மீதும் இந்நாட்டு, பன்னாட்டு பெரும் கம்பனிகள் மீதும் உரிய வகையில் வரிகள் விதித்து வளங்களை திரட்ட தயாராக இல்லை என்பதையே காட்டுகிறது.பல பிற வளரும் நாடுகள் கூட, அவரவர் தேசிய உற்பத்தியின் சதவிகிதக்கணக்கில், இந்தியாவை விட கல்விக்கும் ஆரோக்கியத்திற்கும் அதிகம் செலவு செய்கின்றன.

உண்மையில், தனியார்மயம் என்பதன் பொருள், பொது நோக்கு அடிப்படையில் செயல்படுத்தப்பட்டு வந்த துறைகளை லாப

நோக்கில் செயல்படுத்துவது என்பதாகும். இது தான் அடிப்படை விசயம். இவ்வாறு, மக்களுக்கு கல்வி அளிக்கும் பொறுப்பை அரசு பொதுநலன் அடிப்படையில் நிறைவேற்றுவதற்குப் பதிலாக, லாப நோக்கு அடிப்படையில் இத்துறையில் தனியார் நிறுவனங்கள் செயல்படுவதை அனுமதிப்பது மட்டுமல்ல, ஊக்குவிப்பதும் நடைமுறையாகியுள்ளது. இதே தான் ஆரோக்கியத்திலும் அமலாகிவருகிறது. இதன் மிக முக்கிய விளைவு ஏழை மக்களுக்கு கல்வியும் ஆரோக்கிய வசதிகளும் எட்டாக்கனியாக மாறுவது என்பதாகும். பணம் உள்ளவர்களுக்கு மட்டுமே கல்வியும் ஆரோக்கியமும் கிடைக்கும் என்ற நிலைக்குத்தான் இத்துறைகளில் அரசு தனது பொறுப்பை புறக்கணித்து தனியாரிடம் இவற்றை ஒப்படைப்பதன் விளைவுகள் இட்டுச்செல்லும். அதேபோல் தான் கட்டமைப்பு வசதிகள் விசயமும். சாலைகள், இதர போக்குவரத்து வசதிகள்,வேளாண் விரிவாக்கப்பணிகள், பாசனம் உள்ளிட்டு அனைத்து துறைகளையும் நடவடிக்கைகளையும் தனியார் துறை கையில் ஒப்படைத்து லாப நோக்கில் அவை இவற்றை செயல் படுத்தலாம் என்ற பாதையை நாம் தனியார்மயத்தின் முக்கிய அம்சமாக பார்க்க வேண்டும். எனவே, தனியார்மயம் என்பது அரசு பொதுத்துறை நிறுவனங்களில் தன்வசம் உள்ள பங்குகளை விற்பது என்பது மட்டும் அல்ல. தனியார்மயத்தின் இன்னொரு மிக முக்கிய அம்சம் அரசு பொறுப்பில் இருக்க வேண்டிய கல்வி, ஆரோக்கியம், கட்டமைப்பு வசதிகள் உள்ளிட்ட துறைகளை லாபம் ஈட்ட வாய்ப்பான துறைகளாக ஆக்குவது ஆகும். தாராளமயம், தனியார்மயம் இரண்டும் இணைந்து அமலாக்கப்படும் நிலையில், இத்துறைகளில் லாபநோக்கில் செயல்படும் தனியார் அமைப்புகளை ஒழுங்குபடுத்துவதும் அவற்றின் மீது சமூக நெறிமுறைகளை விதித்து செயல்படுத்துவதும் மிகவும் சிக்கலான விசயங்களாக ஆகியுள்ளன.

உலகமயமாக்கல்

உலகமயம் என்ற கோட்பாட்டிற்கு ஏராளமான அம்சங்கள் உண்டு. ஆனால் இங்கு, பொருளாதாரக் கொள்கைகள் சார்ந்த அம்சங்கள் மட்டுமே நாம் பரிசீலிக்க உள்ளோம். பொருளாதார ரீதியில் உலகமயம் என்பதற்கு கீழ்க்கண்ட இரண்டு முக்கிய அம்சங்கள் உண்டு:

- சரக்கு இறக்குமதி மற்றும் ஏற்றுமதி சார்ந்த கட்டுப்பாடுகளை நீக்கி, ‘சுதந்திர’ பன்னாட்டு வர்த்தகத்தை ஊக்குவிப்பது. நாட்டின் பொருளாதாரத்தை இந்த வகையில் பன்னாட்டு வணிகத்திற்கு முழுமையாக திறந்து விடுவது.

இது பொருட்களுக்கும் சேவைகளுக்கும் பொருந்தும்.

- நிதி வடிவில் மூலதனத்தை நாட்டுக்குள்ளே வரவும் அதன் விருப்பப்படி நாட்டை விட்டு வெளியே செல்லவும் தங்கு தடையின்றி அனுமதிப்பது.

முதல் அம்சம் வளரும் நாடுகளின் தொழில் வளர்ச்சிக்குப் பெரும் சவாலாக அமையும். சமத்துவம் அற்ற பன்னாட்டுச் சந்தைகளில் சுதந்திர வர்த்தகம் என்பது வளரும் நாடுகளுக்கு சம ஆடுகளமாக இருக்காது. இறக்குமதி மீதான கட்டுப்பாடுகளை நீக்குவதும் அல்லது நீர்த்துப்போகச் செய்வதும் இறக்குமதி வரிகளைக் குறைப்பதும் வளரும் நாடுகளின் சந்தைகளை கைப்பற்ற பன்னாட்டு பெரும் கம்பெனிகளுக்கு வாய்ப்பாகவே அமையும். சுதந்திர வர்த்தகம் பேசும் வளர்ந்த முதலாளித்துவ நாடுகள் பல காரணங்களை முன்வைத்து வளரும் நாடுகளிலிருந்து பொருட்களை இறக்குமதி செய்வதை தவிர்ப்பார்கள் என்று அனுபவம் பாடம் புகட்டுகிறது.

உலக வங்கி ஐ.எம்.எஃப். உ.வ.அ. எனும் திருமூர்த்திகள்

குறிப்பாக, உலக வர்த்தக அமைப்பு (உ.வ.அ.) உருவான வரலாறும் அதன் செயல்பாடும் சுதந்திர வர்த்தகம் என்ற முழக்கத்திற்குப் பின் உள்ள உண்மைப் பொருளை நமக்கு உணர்த்துகின்றன. இது பற்றி சற்று விரிவாக பார்ப்போம். 1944இல் இரண்டாம் உலகப்போர் முடியும் தறுவாயில் இருந்த பொழுது மேலை நாடுகள் அமேரிக்காவின் தலைமையில் ஒரு பன்னாட்டு மாநாட்டை கூட்டினர். இந்த மாநாடு அமெரிக்காவில் உள்ள ப்ரெட்டென் வுட்ஸ் (Bretton Woods) என்ற இடத்தில் நடை பெற்றது. இந்த மாநாட்டில் 44 நாடுகள் பங்கேற்றன. இவை வளர்ந்த மேலை நாடுகளும் அவற்றின் காலனிகளும் ஆகும். இம்மாநாட்டின் நோக்கம் இரண்டாம் உலகப்போர் முடிந்தபின் பன்னாட்டுப் பொருளாதாரம் சார்ந்த ஏற்பாடுகள் பற்றி சில முக்கிய முடிவுகளை எடுப்பதாகும். தங்கள் நலனைக் காக்கும் வகையில் மேலை நாடுகள் இரு முக்கிய அமைப்புகளை இம்மாநாட்டில் உருவாக்கினர். ஒன்று உலக வங்கி. இதன் அதிகாரபூர்வமான பெயர் வளர்ச்சி மற்றும் மறு நிர்மாணத்திற்கான பன்னாட்டு வங்கி(International Bank forReconstruction and Development) என்பதாகும். காரணம், இதன் முதல் பணி இரண்டாம் உலகப்போரில் பெரும் அழிவுகளை சந்தித்த ஐரோப்பிய முதலாளித்துவ நாடுகளை தூக்கி நிறுத்துவதாகும். உலக வங்கியுடன் பன்னாட்டு நிதி அமைப்பும்(International Monetary Fund - IMF) உருவாக்கப்பட்டது. இந்த இரண்டு அமைப்புகளுமே ஐக்கிய நாடுகள் அமைப்பு போன்றவை அல்ல. ஐ.நா.வில் ஒரு நாட்டிற்கு ஒரு வாக்கு என்ற அடிப்படையில் முடிவுகள் எடுக்கப்படும். ஆனால், இந்த இரு அமைப்புகளிலும் நாடுகளுக்கு அளிக்கப்பட்ட பங்குத்தொகை அடிப்படையில் வாக்கு உரிமை அமைகிறது. வளர்ச்சி

அடைந்த மேலை முதலாளித்தவ நாடுகள் இவ்விரு அமைப்புகளிலும் ஆதிக்கம் செலுத்தும் நிலையில் உள்ளன. ஜி-7(G7) என்று அழைக்கப்படும் ஏழு பணக்காரநாடுகளான அமெரிக்கா, கனடா, பிரிட்டன், ஃப்ரான்ஸ், ஜெர்மனி, இத்தாலி மற்றும் ஜப்பான் ஆகிய நாடுகளிடம் தான் இந்த அமைப்புகளின் பெரும்பான்மைப் பங்கு உள்ளது. எனவே, இந்த ஏழு நாடுகளின் பொதுவாக, ஏகாதிபத்தியத்தின் நலன் காக்கும் வகையிலே தான் இவ்விரு அமைப்புகள் செயல்படுகின்றன. இவை தவிர, 1948ஆம் ஆண்டில் பன்னாட்டு வர்த்தகம் தொடர்பான ஒரு அமைப்பும் உருவாக்கப்பட்டது. அதன் பெயர் சுருக்கம் "காட்" (GATT). என்பதாகும். இந்த அமைப்பின் முழுப் பெயர் (ஏற்றுமதி/இறக்குமதி வர்த்தகம் மற்றும் வரிகள் தொடர்பான பொது ஒப்பந்தம் (General Agreement on Trade and Tariffs) என்பதாகும். காட் அமைப்பு நாடுகளுக்கு இடையே நிகழும் சரக்கு வர்த்தகம் தொடர்பானது. இதில் சேவை த்துறைகளின் ஏற்றுமதி மற்றும் இறக்குமதி கொள்கைகள் பற்றி விவாதிக்க முடியாது. அதேபோல், வேளாண்மை பற்றியோ,அறிவு சொத்து உரிமைகள் அல்லது பேடென்டுகள் (Intellectual Property Rights or patents) பற்றியோ விவாதிக்கவும் முடியாது. எல்லை கடந்து வரும் பொருள் சரக்குகள் மீது போடப்படும் இறக்குமதி அல்லது ஏற்றுமதி வரி விகிதங்கள், பிற ஒழுங்குமுறைகள் ஆகியவை பற்றி மட்டுமே சில ஆண்டுகளுக்கு ஒரு முறை நாடுகள் கூடி விவாதிக்கும். காட் அமைப்பில் வளரும் நாடுகளுக்கு என சில விசேஷ சலுகைகளும் உண்டு. காட் அமைப்பின் நோக்கமும் பன்னாட்டு வர்த்தகத்தை வேகப்படுத்தி, உலக முதலாளித்வ பொருளாதாரத்தை வளர்ப்பது என்ற போதிலும், நாடுகளின் இறையாண்மையில் அது பெருமளவிற்கு தலையிடவில்லை. இரண்டாம் உலகப்போர் முடிந்தவுடன் இருந்த பன்னாட்டு சூழலையொட்டி, பனிப்போர் அரசியலை கணக்கில் கொண்டு, மேலை நாடுகள் வளரும் நாடுகளுக்கு சில சலுகைகளை கொடுக்கவும் ஒத்துக்கொண்டனர். 1950களில் இருந்து 1980கள் வரை காட் அமைப்பு பன்னாட்டு வர்த்தகம் பெருகிட தன் பங்கை ஆற்றியது. ஆனால் நிலமை மாறிக்கொண்டிருந்தது. நிதி மூலதன ஆதிக்கம் உருவாகியிருந்த சூழலில், மேலை நாடுகள் 1945 இலிருந்து 1970களின் முற்பகுதி வரை அனுபவித்த வளர்ச்சி விகிதம் குன்றி, 1974-75இலும் அதன் பின் 1979-82 காலத்திலும் மேலை நாடுகளில் தொழில்மந்தம் நிலவியது. இந்தச்சூழலில், வளரும் நாடுகளின் சந்தைகளை மேலை நாடுகள் குறிவைக்க களம் இறங்கின. மேலும் அறிவியல் தொழில்நுட்ப வளர்ச்சிப்போக்கில், பொருள்சரக்குகள் உற்பத்தியை விட சேவைத்துறை உற்பத்தி மேலை நாடுகளில்

வேகமாக வளர்ந்து முன்னுக்கு வந்தது. பன்னாட்டு வர்த்தகத்தில் சேவைத்துறையின் பங்கு அதிகரித்த நிலையில், இதில் மேலை நாடுகள், குறிப்பாக அமெரிக்கா, முன்னிலையில் இருந்த சூழலில், சேவைத்துறைசார் ஏற்றுமதி மற்றும் இறக்குமதி விஷயங்களையும் காட் அமைப்பிற்குள் கொண்டுவரவேண்டும் என்று மேலை நாடுகள் விரும்பின. அடுத்து, வளரும் நாடுகள் மேலை நாட்டுப் பன்னாட்டுக் கம்பெனிகளின் புதிய அறிவியல் தொழில்நுட்ப கண்டுபிடிப்புகளுக்கு போதுமான காப்புரிமைப் பாதுகாப்பு வழங்குவதில்லை என்றும் இதனால் தங்கள் வர்த்தக வாய்ப்புகள் பாதிக்கப்படுகின்றன என்றும் மேலை நாடுகள் வாதிட்டன. 1986இல் உருகுவே நாட்டில் தொடங்கிய 9ஆவது சுற்று காட் பேச்சு வார்த்தைகளில் மேலை நாடுகள் காட் அமைப்பின் தன்மையையே மாற்றும் வகையில் புதிய அஜெண்டாவை முன்வைத்தன. இதன்படி, காட் அமைப்பில் வெறும் பொருள்சரக்கு வர்த்தகம் பற்றிய விவாதம் என்பதற்குப் பதிலாக, சேவைத் துறையும் விவாதிக்கப்படவேண்டும் என்று கோரினர். அதேபோல், அறிவு சொத்துரிமை பிரச்சினைகளும் காப்புரிமை விதிமுறைகளும் விவாதிக்கப்பட்டு ஒரு பன்னாட்டு ஒப்பந்தம் போடப்பட வேண்டும் என்றனர். நாடுகளின் வேளாண்மை கொள்கைகள், அன்னிய முதலீடு தொடர்பான கொள்கைகள், சேவைத்துறைசார் கொள்கைகள் இவை அனைத்துமே காட் அமைப்பில் விவாதிக்கப்பட்டு நாடுகளின் கொள்கைகள் பன்னாட்டு முதலாளித்துவ வர்த்தகத்திற்கு சாதகமாக, பெரும் கம்பெனிகளின் நலம் காக்கும் வகையில் மாற்றப்படவேண்டும் என்பதே மேலை நாடுகள் முன்வைத்த அஜெண்டாவின் உள்ளடக்கம். முதலில் மேலை நாடுகளின் இந்த புதிய கோரிக்கைகளையும் நிபந்தனைகளையும் வளரும் நாடுகள் வலுவாக எதிர்க்க முயற்சித்தன. ஆனால், 1970களின் நடுப்பகுதியில் இருந்த பன்னாட்டுச் சூழல் 1980களின் பிற்பகுதியில் இல்லை. 1974இல் ஐக்கிய நாடுகள் அவையில் வளரும் நாடுகள், சோசலிச நாடுகளின் ஆதரவுடன், வளரும் நாடுகளுக்கு நியாயம் வழங்கும் ஒரு புதிய பன்னாட்டுப் பொருளாதார அமைப்பு வேண்டும் என்ற தீர்மானத்தை நிறைவேற்ற முடிந்தது. ஆனால், 1980களின் பிற்பகுதியில் பல வளரும் நாடுகள், கடன் வலையில் சிக்கி, ஐ.எம்.எஃப் மற்றும் உலக வங்கியின் நிபந்தனைகளின் கீழ் இருந்தன. நிதிமூலதன ஆதிக்கம் வலுப்பெற்றுக் கொண்டிருந்தது. குறிப்பாக, 1989-91 ஆண்டுகளில் கிழக்கு ஐரோப்பாவிலும் சோவியத் ஒன்றியத்திலும் சோசலிசம் வீழ்த்தப்பட்டு, முதலாளித்துவம் நிலைநாட்டப்பட்டதும் சோவியத் ஒன்றியம் சிதறுண்டதும் காட் பேச்சு வார்த்தைகளில் வளரும் நாடுகளின் பேரம் பேசும் சக்தியை

பெருமளவு குறைத்தது. 1990-91க்குப் பிறகு, ஒவ்வொன்றாக, காட் பேச்சு வார்த்தைகளில் மேலை நாடுகளின் அஜெண்டா நிறைவேறியது. பொருள்சரக்கு உற்பத்தி மட்டும் இன்றி சேவைத்துறை ஏற்றுமதி மற்றும் இறக்குமதியும் காட் அமைப்பிற்குள் கொண்டுவரப்பட்டது. புதிய அறிவியல் தொழிநுட்ப கண்டுபிடிப்புகளுக்கு கூடுதல் சொத்துரிமை பாதுகாப்பு அளிக்கப்படவேண்டும் என்ற பன்னாட்டுப் பெரும் கம்பனிகளின் கோரிக்கைகள் ஏற்றுக் கொள்ளப்பட்டு, "வர்த்தகம் தொடர்பான அறிவு சொத்துரிமை ஒப்பந்தம்" (Trade-related Intellectual Property Rights or TRIPS) கையெழுத்திடப்பட்டது. வேளாண் துறை தொடர்பான ஒப்பந்தம் போடப்பட்டது (Agreement on Agriculture or AoA). இதன்படி, வளரும் நாடுகளும் மேலை நாடுகளும் தத்தம் வேளாண் துறைக்கு அளிக்கும் மானியங்களை படிப்படியாக குறைக்க வேண்டும். ஆனால், இவ்வொப்பந்தத்தில் மானியங்களை வகைப்படுத்தி மேலை நாடுகள் தங்கள் மானியங்களை குறைக்காமல் வைத்துக்கொள்ளும் சூழ்ச்சிக்கு இடம் அளிக்கப்பட்டுள்ளது. இதனால், மேலை நாட்டு பெரும் வேளாண் கம்பனிகள் பெருத்த லாபம் ஈட்ட வழி செய்யப்பட்டதுடன், வளரும் நாடுகள் தங்கள் நாட்டு மக்களின் உணவு பாதுகாப்பையும் வேளாண் வளர்ச்சியையும் உறுதிப்படுத்துவது கடினமாகியுள்ளது. அண்மையில் இந்தோனேசிய நாட்டின் பாலி தீவில் நடைபெற்ற உலக வர்த்தக அமைப்பின் அமைச்சர்கள் மாநாடு இந்தியாவின் உணவு பாதுகாப்பு சட்டத்தை விவாதப் பொருளாக்கியதை நாம் அறிவோம். இவ்வாறு, காட் அமைப்பில் இருந்து, 1986 இல் துவங்கிய பேச்சுவார்த்தைப் பயணம் 1995இல் உலக வர்த்தக அமைப்பு உருவாகுவதற்கு இட்டுச்சென்றது. உலக வங்கி, பந்நாட்டு நிதியம் ஆகியவற்றுடன், ஏகாதிபத்திய நலன் காக்கும் மூன்றாம் அமைப்பாக இது செயல்படுகிறது என்றால் மிகையாகாது. அமைப்பு விதிகள்படி இவ்வமைப்பில் முடிவுகள் ஒருமித்த கருத்து உருவாக்கம்(consensus) என்றஅடிப்படையில் எடுக்கப்படுகிறது என்று சொல்லப்பட்டாலும், 1995 முதல் பல ஆண்டுகளுக்கு மேலை நாடுகள் கை தான் இவ்வமைப்பில் ஓங்கி இருந்தது. அண்மையில், மக்கள் சீனம், ரஷ்யா, பிரேசில், தென் ஆப்பிரிக்கா உள்ளிட்ட சில நாடுகள் இணைந்து செயல்படும் வாய்ப்புகள் கூடியுள்ளதால், ஓரளவிற்கு நிலமைகள் மாறியுள்ளன. இருந்தபோதிலும், 1990களில் இருந்தே, உலகமயக் கொள்கைகள் இந்தியா உள்ளிட்ட வளரும் நாடுகளில் அமலபடுத்தப்பட்டு வருகின்றன. குறிப்பாக, ஏற்றுமதி மற்றும் இறக்குமதி மீதான நெறிமுறைகள் பெருமளவிற்கு நீக்கப்பட்டு, தடைகளற்ற இறக்குமதி என்பதும் குறைந்த அளவிலான இறக்குமதி வரிகள் என்பதும் இந்தியாவில் அமலாகிவருகின்றன.

உலாவரும் நிதிமூலதனம்

உலகமயம் என்பதன் இரண்டாவது பொருளாதார அம்சம் நிதி மூலதனம் தங்கு தடையின்றி நாடுகளின் எல்லைகள தாண்டி தன் விருப்பப்படி பயணிப்பது என்பதாகும். இதுதான், ஒரு நாட்டின் பொருளாதார கொள்கைகளைப் பொருத்தவரையில், உலகமயத்தின் மிக முக்கிய அம்சம். ஏனென்றால், வெளி நாடுகளில் இருந்து நிதியாக மூலதனம் ஒரு நாட்டுக்குள்ளே தன் விருப்பப்படி நுழையலாம், அதேபோல் வெளியேறலாம் என்ற நிலை ஏற்படும் பொழுது அந்த நாடு தனது பொருளாதார கொள்கைகளை தன் தேவைக்கு ஏற்றவாறு அமைத்துக்கொள்ளும் அதிகாரத்தை கணிசமான அளவிற்கு இழக்கிறது. அரசு ஒரு பொருளாதார நடவடிக்கையை மேற்கொண்டால் நிதி மூலதனம் அதை எப்படி பார்க்கும் என்பது பற்றி அரசுகள் கவலைப்படும் நிலை உருவாகிறது. அரசின் நடவடிக்கை ஏற்புடையது அல்ல என்று நிதிமூலதனம் கருதினால் அது நாட்டை விட்டு தனது பணத்தை எடுத்துக்கொண்டு வேறு நாடுகளின் நிதிச்சந்தைகளுக்குச் சென்றுவிடும் என்ற அச்சத்திலேயே அரசுகள் செயல்படும் நிலை உருவாகிறது.இதனால் அரசின் வரவு-செலவு கொள்கைகள் நிதி மூலதனத்தை திருப்திப்படுத்தும் நோக்கிலேயே அமைகின்றன.இதில் ஒரு மிகப்பெரிய ஜனநாயக மறுப்பு அம்சம் உள்ளது. நிதிமூலதனத்திற்கு உலகை உலாவரும் உரிமையைக் கொடுத்துவிட்டதன் விளைவாக, தேர்தல் நேரங்களில் மக்கள் நலன் காக்கும் வகையில் அரசு வரவு செலவு அமையும் என்று வாக்குறுதி கொடுத்துவிட்டு, ஆட்சிக்கு வந்தவுடன் கஜானா காலி, வரவுச் செலவு இடைவெளி கூடினால் நிதிமூலதனம் நாட்டை விட்டு வெளியே போய்விடும் என்று வாதிடுவது மாமூலாகி விட்டது.

நிதிமூலதனம், குறிப்பாக அந்நிய மூலதனம், வரவேற்கப்படவேண்டும் என்பதும், அதன் மீது கட்டுப்பாடுகள் விதிக்கக்கூடாது என்பதும் உலகமயம் என்பதன் முக்கிய அம்சம். ஆனால் ஒரு நாட்டுக்குள் அந்நிய மூலதனத்தை ஈர்ப்பதற்கு இது மட்டும் போதாது. ஏனென்றால், பன்னாட்டு மூலதனம் உலகில் எங்கு வேண்டுமானாலும் செல்லலாமே. எனவே, அதனை ஒரு நாட்டுக்குள் ஈர்க்க வரிச்சலுகைகள் உள்ளிட்ட பலசலுகைகளைக் கொடுக்கவேண்டிய நிர்ப்பந்தம் ஏற்படுகிறது. இவ்வாறு அந்நிய மூலதனத்திற்கு சலுகைகள் அளித்தால் உள்நாட்டு முதலாளிகளுக்கும் அதே சலுகைகளை அளிக்க வேண்டிய நிர்ப்பந்தமும் ஏற்படுகிறது. இதனால் அரசுக்கு ஏற்படும் வரி வருமான இழப்பை ஈடுகட்டி, வரவு செலவு பற்றாக்குறையை வரம்புக்குள் நிறுத்த, உழைக்கும்

மக்களுக்குச் சேர வேண்டிய மானியங்களை வெட்டுவதே ஆயுதமாகிறது. இதுதான் உலகமயம் படுத்தும்பாடு.

அரசு முன்வைத்த வாதம்

1991இல் இருந்து தாராளமயம், தனியார்மயம், உலகமயம் என்ற மூன்று அம்சங்கள் கொண்ட புதிய பொருளாதாரக் கொள்கையை மத்தியில் ஆட்சி செய்த அனைத்து ஆளும் வர்க்க கட்சிகளும், கூட்டணிகளும் பின்பற்றிவந்துள்ளன. இக்கொள்கைகள் அவசியம் என்று வாதிட்ட ஆளும் வர்க்கங்களின் அறிவு ஜீவிகள் சொன்னது என்ன? அவர்கள் புனைந்த கதை இது தான்:

இக்கொள்கைகளால் அந்நிய, இந்திய நிறுவனங்கள் ஏராளமாக முதலீடுகளை மேற்கொள்ளும். இதனால் வேலை வாய்ப்பு பெருகும். பன்னாட்டு மூலதனம் இங்கு வந்து குவியும். பெரும் தனியார் முதலீடுகள் மூலம் நிறுவப்படும் பெரிய ஆலைகளின் உற்பத்தி உலகச்சந்தைகளில் விற்கப்பட்டு நமது ஏற்றுமதி பாய்ச்சல் வேகம் அதிகரிக்கும். இதனால் நாம் தேவைப்பட்டதை எல்லாம் தங்கு தடையின்றி இறக்குமதி செய்து கொள்ளலாம் .உற்பத்தி பெருகும். வேலை வாய்ப்பு வளரும்.அந்நியச்செலாவணி குவியும். வளர்ச்சி விகிதம் உயரும். வறுமை மறையும்.

இந்தப் புனைவுக்கும் கடந்த 22 ஆண்டுகளின் அனுபவத்திற்கும் உள்ள தொடபைப் பற்றி அடுத்துக் காண்போம்.

மக்கள் விரோதக் கொள்கைகளும் சரியான மாற்றும்

முந்தைய பகுதியில் தனியார்மயம், தாராளமயம்மற்றும் உலகமயம் என்ற மூன்று அம்சங் களைப் பற்றியும் விரிவாகக் கண்டோம்.இவற்றை உள்ளடக்கிய பொருளாதாரக் கொள்கை கள் எத்தகைய உள்நாட்டு, பன்னாட்டு அரசியல் பொருளாதாரச் சூழலில் தீவிரமாக அமலுக்கு வந்தன என்பதை விவரித்தோம். ஆளும் வர்க்கங்களின் சார்பில் இக்கொள்கைகள் மிகவும் சாதகமான விளைவுகளை ஏற்படுத்தும் என்ற வாதம் முன்வைக்கப்பட்டதையும் குறிப்பிட் டோம். குறிப்பாக, அந்நிய, இந்திய முதலீடுகள் பெருமளவில் மேற்கொள்ளப்படும் என்றும் இதனால் வேலைவாய்ப்பு பெருகும் என்றும் வறுமை ஒழியும் என்றும் ஆள்வோர் கூறினர். இக்கட்டுரையில் உண்மையில் கடந்த 23 ஆண்டுகளாக அமலாக்கப்பட்டுவரும் தாராளமயக்கொள்கைகள் எப்படிப்பட்ட மக்கள் விரோத விளைவுகளை ஏற்படுத்தியுள்ளன என்பதையும் இவற்றிற்கு மாற்றான கொள்கைகள் பற்றியும் பார்ப்போம்.

மூன்று முக்கிய விசயங்களை நாம் பரிசீலிக்கவுள்ளோம். ஒன்று, பொருளாதார வளர்ச்சி விகிதம்.இதில் பல்வேறு முக்கியத் துறைகளில் வளர்ச்சி எவ்வாறு இருந்துள்ளது என்பதையும் பரிசீலிக்க உள்ளோம். இரண்டு, இவ்வளர்ச்சியின் வர்க்க அம்சங்களை பரிசீலிக்க உள்ளோம். குறிப்பாக, விவசாயிகள், தொழிலாளிகள், இதர உழைக்கும் மக்கள் மீது எத்தகைய தாக்கம் ஏற்பட்டுள்ளது என்பதையும், மறுபுறம் இந்திய, அந்நிய பெருமூலதனங்களும் கிராமப்புற ஆதிக்க சக்திகளும் எவ்வாறு பயன் அடைந்துள்ளன என்பதையும் சுருக்கமாக காண்போம். மூன்று, ஆளும் வர்க்க கொள்கைகளை எதிர்த்த நமது மாற்றுக் கொள்கை பற்றியும்பார்ப்போம்.

பொருளாதார வளர்ச்சி விகிதம்

ஒரு நாட்டின் பொருளாதார வளர்ச்சி விகிதத்தை அதன் மொத்த உள்நாட்டு உற்பத்தி மதிப்பு (ஆங்கிலத்தில் GDP) இந்த ஆண்டு

கடந்த ஆண்டை விட எவ்வளவு சதவிகிதம் வேறுபடுகிறது என்பதன் அடிப்படையில் கணக்கிடுவர். ஜி.டி.பி.என்பது ஒரு நாட்டில் ஓர் ஆண்டில் உற்பத்தியாகும் அனைத்துப் பொருட்கள் மற்றும் சேவைகளின் சந்தை மதிப்பு ஆகும். இது ஒரு நாட்டின் பொருளாதார வலுவை குறிப்பிடுவதாகக் கொள்ளலாம். ஆனால் ஜி.டி.பி.யின் அளவை வைத்து நாட்டு மக்களின் வாழ்நிலை பற்றி ஒரு முடிவுக்கு வர இயலாது. மக்கள் வாழ்நிலை என்பது, என்ன உற்பத்தி செய்யப்பட்டுள்ளது, அது பல்வேறு பகுதி மக்களுக்கு எந்தெந்த அளவில் கிடைத்துள்ளது போன்ற அம்சங்களை உள்ளடக்கியதாகும். இருப்பினும், நவீன உலகில், ஜி.டி.பி.யின் ஆண்டு வளர்ச்சி விகிதம் ஒரு முக்கிய குறியீடாகக் கருதப்படுகிறது. நம் நாட்டு ஆளும் வர்க்கங்கள் தாராளமய காலத்தைப் புகழும் பொழுது இக்குறியீட்டையே முக்கியமாக முன்வைக்கின்றனர். மார்க்சீயப்பார்வையில், ஜி.டி.பி.வளர்ச்சி என்பது பொருளாதார செயல்பாட்டின் ஒரு அம்சம்தான்.இருந்தபோதிலும், ஜி.டி.பி.வளர்ச்சியையும் நாம் பரிசீலிக்கலாம். குறிப்பாக, தாராளமய கொள்கைகள் 1991இல் வேகப்படுத்தப்பட்டபொழுது, அவை ஜி.டி.பி.வளர்ச்சி விகிதத்தைப் பெரிதும் அதிகரிக்கச்செய்யும் என்ற வாதம் ஆளும் வர்க்கங்களால் முன்வைக்கப்பட்டது. இது நிகழ்ந்துள்ளதா என்று முதலில் பரிசீலிப்போம்.

பொருளாதார வளர்ச்சியின் அளவு, மற்றும் தன்மை ஆகியவற்றின் அடிப்படையில், தாராளமய காலத்தை மூன்று பகுதிகளாகப் பிரிக்கலாம்.முதல் பகுதி 1991 முதல் 1997 வரை.அடுத்தது 1998 முதல் 2004 வரை.மூன்றாம் பகுதி 2004 முதல் 2014 வரையிலான பத்து ஆண்டுகள்.

1991-1997காலத்தில் பொருளாதார வளர்ச்சி

1991 இல் இருந்து 1997 வரை ஒருபுறம் அரசு உர மற்றும் உணவு மானியங்களை வெட்டி, மக்களின் வாங்கும் சக்தியைப் பறித்த போதிலும், நிதித்துறை தாராளமயமாக்கல், உலக வர்த்தக அமைப்பின் விதிமுறைகளின் தாக்கம் ஆகியவை துவக்க நிலையிலேயே இருந்தன. மேலும் ஐந்தாம் ஊதியக்குழு பரிந்துரைகளும் உலகளவில் தகவல் தொழில்நுட்பத்துறைகளுக்குக் கிடைத்த ஏற்றுமதி வாய்ப்புகளும் பொருளாதார வளர்ச்சி விகிதம் 1980 களின் பிற்பகுதியில் ஏற்பட்ட வளர்ச்சி விகிதத்திற்குக் குறையாமல் இருக்க உதவின.

1971 முதல் 2000 வரையிலான ஜி.டி.பி. வளர்ச்சி விகிதங்கள், ஐந்தாண்டு சராசரியாக கணக்கிடப்பட்டு, அட்டவணை 1 இல் தரப்பட்டுள்ளன:

அட்டவணை 1 :

ஜி.டி.பி.வளர்ச்சி விகிதங்கள், 1971 - 2000, ஐந்தாண்டு சராசரிகள்

ஆண்டு காலம்	ஜி.டி.பி. ஆண்டு வளர்ச்சி விகிதம், %
1971-1975	3.40
1976-1980	2.87
1981-1985	5.05
1986-1990	7.01
1991-1995	6.83
1996-2000	5.87

இந்த அட்டவணை கூறும் முக்கிய செய்தி, 1980களில் துவங்கி, வளர்ச்சி வேகம் அடைந்துள்ளது என்பதாகும். அதே சமயம், 1990களில் ஏற்பட்ட வளர்ச்சி விகிதம் 1980களில் நிகழ்ந்த வளர்ச்சி விகிதத்தை விட கூடுதலாக இல்லை என்ற முக்கிய செய்தியும் நமக்கு கிடைக்கிறது. எனவே, தாராளமய காலத்தின் முதல் பத்து ஆண்டுகளில் வளர்ச்சி விகிதம் அதிகரிக்கவில்லை என்பது தெளிவாகிறது.

அதே சமயம், 1990களில் வளர்ச்சியின் தன்மையில் மாற்றம் நிகழ்கிறது. இதை அட்டவணை 2இல் காணலாம்.

அட்டவணை 2 :

துறைவாரி வளர்ச்சி விகிதங்கள், %, 1986-2000

ஆண்டுகள் காலம்	வேளாண், வனம் மற்றும் மீன்பிடி துறைகள்	தொழில்துறை	சேவைத்துறை
1986-1990	5.72	8.66	8.83
1991-1995	3.77	8.04	6.40
1996-2000	1.95	4.00	7.20

1991 இல் தாராளமயகொள்கைகள் தீவிரப்படுத்தப்பட்ட பின், 1986-1990உடன் ஒப்பிடுகையில், அடுத்த பத்து ஆண்டுகளில் வேளாண் மற்றும் வேளாண்சார் துறைகளின் வளர்ச்சி விகிதங்கள் பெரிதும் குறைந்துள்ளன. தொழில் துறையைப் பொருத்த வரையிலும்கூட, 1990களின் இரண்டாம் பகுதியில் வளர்ச்சி விகிதம் குறைந்துள்ளதைக் காணலாம். இதன் பொருள் மிக முக்கியம். நாட்டு

மக்களில் பாதிக்கும் அதிகமானோர் தங்கள் வாழ்வுக்கு நம்பியிருக்கும் வேளாண்மைத்தொழில் தேக்கத்தில் இருந்தால் ஒட்டு மொத்த பொருளாதார வளர்ச்சி கூடக்குறைய இருந்து என்ன பயன்? மேலும் தாராளமய கொள்கைகள் வேளாண்துறையை பாதித்திருப்பதை தெளிவாகக் காணலாம்.

1998-2004 கால பொருளாதார வளர்ச்சி

தாராளமய கொள்கைகள் வேளாண் துறையை மிகக்கடுமையாக பாதித்துள்ளதை ஒரு விவரம் நமக்கு உணர்த்துகிறது. 1984-85 முதல் 1994-95 வரையிலான காலத்தில் ஆண்டுக்கு 4.1 % வேகத்தில் வளர்ந்து வந்த வேளாண் துறையின் வளர்ச்சி விகிதம் 1994-95 முதல் 2004-05 வரையிலான காலத்தில் ஆண்டுக்கு 0.6 % என்று சரிந்தது. உணவு தானிய உற்பத்தி வளர்ச்சி விகிதம் ஆண்டுக்கு 0.7 % என்று ஆகியது. அதாவது, மக்கள் தொகை வளர்ச்சிக்கு ஈடுகட்டும் அளவிற்குக் கூட உணவு தானிய உற்பத்தி அதிகரிக்கவில்லை. எனவே, தலா தானிய உற்பத்தி சரிந்தது. விடுதலைக்குப்பின் 1950 முதல் 1995 வரை இப்படி ஒரு நிலை ஏற்படவே இல்லை. காலனி ஆதிக்க காலத்தில் தான், 1900 முதல் 1947 வரையிலான காலத்தில் தான், தானிய உற்பத்தி வளர்ச்சி விகிதம் இதையும் விடக்குறைவாக ஆண்டுக்கு 0.5 % என்று இருந்தது. வேறுவகையில் சொன்னால், தாராளமயக் கொள்கைகள் நாட்டின் வேளாண்மைத் துறையை கிட்டதட்ட காலனி ஆதிக்க கால வேதனைக்கே இட்டுச்சென்றுவிட்டது எனலாம். 1998க்குப்பின் உள்நாட்டில் அரசின் கொள்கைகளின் பாதிப்போடு, உலக வர்த்தக அமைப்பின் தாக்கமும் வலுவாக இருந்தது. உள்நாட்டில் தாராளமயமாக்கல் குறிப்பாக, நிதித்துறையில் தீவிரப்படுத்தப்பட்டது, அரசின் செலவுகள் வெட்டப்பட்டு பாசனம், வேளாண்ஆராய்ச்சி, வேளாண் விரிவாக்கம், கொள்முதல் உள்ளிட்ட அனைத்து வேளாண் ஆதரவு நடவடிக்கைகளும் பலவீனப் படுத்தப்பட்டது ஆகியவையும் வேளாண் துறை பின்னடைவுக்குக் காரணமாக அமைந்தன. இன்னொரு முக்கிய காரணம் 1990களின் பிற்பகுதியில் உலக வேளாண் பொருட்சந்தைகளில் விலைச் சரிவு ஏற்பட்டது.மேலும், ஏறத்தாழ அதே சமயத்தில், இந்திய அரசு வேளாண் பொருட்களின் மீதான அளவுக் கட்டுப்பாடுகளை நீக்கியது.இறக்குமதி வரிகளைக் குறைத்தது. இவை அனைத்தும் 1998 இல் இருந்து 2004 வரையிலான காலம்தான். இக்காலம் 1998 முதல் 2004 வரை பொருளாதார வளர்ச்சி பெரிதும் குறைந்த காலம். வேளாண் துறை மட்டுமின்றி தொழில் துறையும் வளர்ச்சி குறைவை சந்தித்தது. 1984-85 முதல் 1994-95 வரை ஆண்டுக்கு 6.2% வேகத்தில் வளர்ந்து வந்த தொழில்

துறையின் வளர்ச்சி அடுத்த பத்து ஆண்டுகளில், அதாவது 1994-95 முதல் 2004-05 வரையிலான காலத்தில் ஆண்டுக்கு 5% எனக்குறைந்தது.

இந்த இரண்டு அம்சங்களையும் அதாவது, வேளாண் வளர்ச்சியின் பெரும் சரிவு, தொழில் துறையின் மந்தநிலை ஆகிய இரண்டையும் சேர்த்துப்பார்த்தால், தாராளமய காலத்தின் முதல் பதினைந்து ஆண்டுகளில் பொருள் உற்பத்தித்துறைகளின் வளர்ச்சி என்பது மந்தமாகவே இருந்தது என்பது புலனாகும். 1991 முதல் 2004 வரையிலான தாராளமய கொள்கைக்கால வளர்ச்சி சேவைத் துறையில் மட்டுமே குறிப்பிடத் தக்கதாக இருந்தது என்பது தெளிவாகிறது.

சேவைத் துறையின் வளர்ச்சியை ஆராயும் பொழுது அதன் இரட்டைத் தன்மையை நாம் புரிந்துகொள்ளவேண்டும். சேவைத்துறை என்றவுடன் பலரும் வங்கி, இன்சூரன்ஸ், தகவல் தொழில்நுட்பம் போன்ற துறைகளையே முதலில் மனதில் கொள்வார்கள்.ஆனால், ஆங்கிலத்தில் சில சமயம் FIRE (Finance, Information Technology, Real Estate) என்று சுருக்கமாக அழைக்கப்படுகின்ற இத்துறைகள் சேவைத் துறையின் ஒரு பகுதியே. இத்துறைகளில் பணி புரிவோரில் ஒரு சிறு பகுதியினர் வசதியாக இருக்க இயலும் என்றாலும், இங்கும் கூட கணிசமான பகுதியினர் நிச்சயமற்ற பணி இடங்களில் குறைந்த ஊதியங்களுக்குப் பணிபுரிகின்றனர். மறுபுறம் சேவைத்துறை என்பது ஏராளமான உழைப்பாளிகள் உதாரணம், சிறுவணிகம், வேறு பல குறைந்த வருமானம் தருகின்ற சுய வேலைகள் போன்றவற்றில் உள்ளோர் குறைந்த ஊதியத்திலும் உற்பத்தி திறனிலும் உழைக்கும் துறையாகும்.

இதன் பொருள் என்னவென்றால், தாராளமயக் கொள்கைகள், அவற்றின் முதல் பதினைந்து ஆண்டுகள் அமலாக்கத்தில் பொருள் உற்பத்தி வளர்ச்சியை பெருமளவிற்கு சாதிக்கவில்லை என்பதுடன், நிகழ்ந்த சேவைத்துறை வளர்ச்சியும், ஒரு சிறிய பகுதி நிதி மற்றும் தகவல் தொழில்நுட்பப்பகுதி நீங்கலாக, பெருமளவிற்கு உற்பத்தி திறன் உயர்வையோ, உழைப்போரின் வருமான உயர்வையோ சாதிக்கவில்லை என்பது தான்.

2004 - 2014 பொருளாதார வளர்ச்சி

2004இல் மக்களவை தேர்தல் நடைபெற்ற பொழுது பாரதீய ஜனதா கட்சி தலைமையிலான தேசீய ஜனநாயக கூட்டணி முன்வைத்த தேர்தல் முழக்கம் "இந்தியா ஒளிர்கிறது" என்பதாகும். இந்த முழக்கம் எந்த அளவிற்கு உண்மைக்குப் புறம்பானது என்பதை

1991 முதல் 2004 வரையிலான காலத்தில் ஒட்டு மொத்த பொருளாதார வளர்ச்சியும், பாதிக்கும் மேற்பட்ட இந்திய மக்கள் சார்ந்திருக்கும் வேளாண் மற்றும் வேளாண்சார் துறையின் வளர்ச்சியும் எப்படி இருந்தன என்று நாம் மேலே வர்ணித்ததில் இருந்து ஊகித்துக்கொள்ளலாம். இந்த முழக்கத்திற்கு எதிராக, தாராளமய கொள்கைகளை அறிமுகப்படுத்தி தீவிரமாகப் பின்பற்றிவந்த காங்கிரஸ், "சாதாரண குடிமகன்" என்ற கவர்ச்சிகரமான முழக்கத்தை முன்வைத்தது. இரு பெரும் முதலாளித்துவ கட்சிகளும் அவை உருவாக்கிய கூட்டணிகளும் இரண்டுமே மக்களவையில் 2004 இல் பெரும்பான்மை பெற இயலவில்லை என்பது நினைவு கூறத்தக்கது. இத்தகையச்சூழலில், மதவாத பா.ஜ.க.ஆட்சிக்கு வருவதைத்தடுக்க காங்கிரஸ் கூட்டணிக்கு வெளியில் இருந்து ஆதரவு அளிப்பது என்ற சங்கடமான, ஆனால் தவிர்க்க முடியாத முடிவை இடதுசாரிகள் எடுக்க வேண்டி இருந்தது.

காங்கிரஸ் தலைமையிலான கூட்டணி அரசு தாராளமய கொள்கைகளைத் தொடர்ந்தது.அதே சமயம், இடது சாரிகள் அளித்த நிர்பந்தத்தின் காரணமாக, அரசின் முதலீட்டு செலவுகளை, குறிப்பாக, வேளாண் மற்றும் ஊரக வளர்ச்சிக்கான செலவுகளை சற்று அதிகரித்தது. மறுபுறம், பங்குச்சந்தை முதலீடுகளுக்கு பெரும் வரிச்சலுகைகள் அளித்து அன்னிய மூலதனத்தை ஈர்த்தது. 2004இல் மத்திய பட்ஜட்டில் பங்குசந்தையில் அன்னிய முதலீட்டாளர் பங்குகள் வாங்கி விற்று ஈட்டும் பெரும் மூலதன வருமானத்திற்கு வரிகள் பெரிதும் குறைக்கப்பட்டன.உள்நாட்டில் நுகர்பொருள் சந்தைகளை ஊக்குவிக்க கடன் வசதிகளை நடுத்தர,உயர் நடுத்தர பகுதியினருக்கு வழங்க வங்கிகளைத் தூண்டியது அரசு. பன்னாட்டு அரங்கிலும், மேலை நாடுகளில், குறிப்பாக அமெரிக்க நாட்டில், பின்பற்றப்பட்ட கிராக்கியை அதிகப்படுத்தும் நடவடிக்கைகளும் இந்திய ஏற்றுமதி வளர்ச்சிக்கு சாதகமாக அமைந்தன. அன்னிய மூலதனத்தையும் இந்தியாவிற்கு ஈர்த்தன. இவையெல்லாம் சேர்ந்து, 2004 முதல் 2008 வரை இந்திய ஜி.டி.பி.வளர்ச்சியை முன்பு எப்பொழுதும் இல்லாத அளவிற்கு உயர்த்தின. எடுத்துக்காட்டாக, 2005-06, 2006-07 மற்றும் 2007-08 ஆண்டுகளில் ஜி.டி.பி.வளர்ச்சி விகிதம் ஆண்டுக்கு 9% ஐயும் தாண்டியது.இந்த வளர்ச்சி, பிரதானமாக சாதாரண இந்திய மக்களின் வாங்கும் சக்தி அதிகரித்ததால் நிகழவில்லை.மாறாக, செல்வந்தர்கள், கடன் வசதி பெற்று செலவுகளை மேற்கொண்ட மத்தியதர, உயர்மத்தியதர மக்கள், ஏற்றுமதி ஆகியவற்றால் தான் பிரதானமாக உந்தப்பட்டது.

2008இல்.உலக முதலாளித்துவ நெருக்கடி வெடித்தவுடன் இந்த வளர்ச்சி நெருக்கடிக்கு உள்ளாகியது. 2007-08 இல் 9.2% ஆக இருந்த ஜி.டி.பி.வளர்ச்சி 2008-09 இல் 6.7% ஆகக் குறைந்தது. 2004-08 கால கட்டத்தில் இந்தியாவிற்குள் பங்குச்சந்தையில் சூதாடி பெரும் லாபம் ஈட்ட அதிக அளவில் வந்த அன்னிய நிதி மூலதனம் 2008 பிற்பகுதியில் வேகமாக வெளியேறியது. இது பங்குச்சந்தை வீழ்ச்சிக்கும், ரூபாயின் அன்னியச்செலாவணி மதிப்பின் வீழ்ச்சிக்கும் இட்டுச்சென்றது. ஏற்றுமதியும் சரிந்தது. இதனால் ஏற்பட்ட மந்தத்தை எதிர்கொள்ள பெரும் கார்ப்பரேட் நிறுவனங்களுக்கு பொருளாதார ஊக்க நடவடிக்கை என்ற பெயரில் பெரிய அளவில் வரிச்சலுகைகள் அளிக்கப்பட்டன. கலால் வரி, சுங்க வரி, கார்ப்பரேட் லாப வரி மற்றும் தனி நபர் வருமான வரி என்று அனைத்து வரி இனங்களிலும் சலுகைகள் அளிக்கப்பட்டன. இவற்றின் விளைவாக நாட்டு மக்கள் பயன் அடையவில்லை. எனினும், பொருளாதார வளர்ச்சி விகிதத்தில் ஒரு மீட்சி ஏற்பட்டது. 2008-09 இல் 6.7% ஆக சரிந்திருந்த. ஜி..டி..பி..வளர்ச்சி விகிதம் 2009-10, மற்றும் 2010-11 ஆண்டுகளில் 8.4 % ஆக உயர்ந்தது. ஆனால், உலகப்பொருளாதார மந்த நிலை தொடர்ந்த பின்னணியில், அரசின் வரவு-செலவு நெருக்கடியும், அன்னியச்செலாவணி நெருக்கடியும் மீண்டும் தீவிரமடைந்த நிலையில், 2011-12ஆம் ஆண்டு வளர்ச்சி விகிதம் 6.7% ஆகவும், 2012-13 வளர்ச்சி விகிதம் 4.5 % ஆகவும், 2013-14 வளர்ச்சி விகிதம் 5 %க்குக் குறைவாக இருக்கும் என்ற நிலையும் ஏற்பட்டுள்ளது.

2004க்குப் பின் நிகழ்ந்துள்ள வளர்ச்சியின் துறைவாரி தன்மையைப் பொருத்த வரையில், வேளாண் துறை உற்பத்தி வளர்ச்சியில் 1998-2004 காலத்தோடு ஒப்பிடும் பொழுது ஓரளவு மீட்சி ஏற்பட்டுள்ளது. 2007 முதல் 2012 வரையிலான 11ஆம் ஐந்தாண்டு திட்ட காலத்தில் சராசரி ஆண்டு வேளாண் வளர்ச்சி 3.5 % ஐ எட்டியுள்ளது. உணவு தானிய உற்பத்தியும் 2004 இல் 21 கோடி டன் என்றநிலையில் இருந்து 2013-14இல் 26 கோடி டன்னாக உயரும் என்று எதிர்பார்க்கப்படுகிறது. இது பெரிய சாதனை அல்ல என்றாலும், முந்தைய ஐந்தாண்டுகளுடன் ஒப்பிடுகையில் தானிய உற்பத்தி வளர்ச்சி விகிதம் உயர்ந்துள்ளது என்பது குறிப்பிடத்தக்கது.அதே சமயம், விவசாயிகளின் தற்கொலைகள் தொடர்கின்றன என்பதையும் கணக்கில் கொள்ள வேண்டும்.மிக மோசமான வளர்ச்சி விகிதம் தொழில் துறையில் உள்ளது. 2011 ஜூன் மாதத்திற்குப் பிறகு, கிட்டத்தட்ட மூன்று ஆண்டுகளாக ஆலை உற்பத்தி வளர்ச்சி என்பது மிகவும் குறைவாக உள்ளது.

கட்டமைப்பு துறைகளிலும் வளர்ச்சி மந்தமாகவே உள்ளது.ஆகவே தாராளமய காலத்தில் வளர்ச்சி விகிதம் அதிகரிக்கவில்லை என்பது மட்டும் அல்ல, அதன் தன்மை மிகவும் சமனற்றதாகவும், பொருள் உற்பத்தி துறைகளில் குறைவாகவும் உள்ளது.

தாராளமய காலத்தில் பொருளாதாரம்

இதுவரை தாராளமய காலத்தில் தேச உற்பத்தியின் வளர்ச்சியின் சில முக்கிய அம்சங்களைப் பார்த்தோம். பொதுவாக, 1980இல் இருந்து 2014 வரை வளர்ச்சி விகிதம் சராசரியாக ஆண்டுக்கு 6% என்ற அளவில் உள்ளது.அரசு தரப்பிலும் ஆளும் வர்க்க ஊடகங்களிலும் எதிர்பார்க்கப்பட்டது போல் தாராளமய காலத்தில் பாய்ச்சல் வேகத்தில் ஒன்றும் பொருளாதாரம் வளரவில்லை. மேலும், வளர்ச்சியின் தன்மை மிகவும் சமனற்றதாக உள்ளது. இதன் துறைவாரி அசமத்துவத்தை நாம் விரிவாகப் பார்த்தோம்.

அடுத்து தாராளமய கால பொருளாதார வளர்ச்சியின் பிற அம்சங்களைப் பரிசீலிப்போம். குறிப்பாக, வேளாண்மைத் துறை, வேலை வாய்ப்பு, வறுமை, ஏற்றத்தாழ்வுகள் ஆகியவற்றை பார்ப்போம். அதனை அடுத்து, இன்று நாடு எதிர்நோக்கும் பொருளாதார சவால்கள் பற்றியும் அவற்றை எதிர்கொள்ள எத்தகைய மாற்றுக் கொள்கைகள் தேவை என்பதையும் பார்ப்போம்.

வேளாண் நெருக்கடி

வேளாண் நெருக்கடியின் மிகத் துயரமான அம்சம் தொடரும் பெரும் எண்ணிக்கையிலான விவசாயிகளின் தற்கொலைகள்.1997 முதல் 2012 வரை கிட்டத்தட்ட 2,80,000 விவசாயிகள் தற்கொலை செய்து கொண்டுள்ளனர். பொது மக்கள் பகுதியில் உள்ள தற்கொலை விகிதத்தை விட இது மிக அதிகம். இவை மஹாராஷ்டிரா, ஆந்திரா, கர்னாடகா போன்ற சிலமாநிலங்களிலும் அவற்றின் சில பகுதிகளிலும் பெரிதும் அதிகமான அளவில் நிகழ்ந்துள்ளன. இத்தற்கொலைகளுக்கும் வேளாண் நெருக்கடிக்கும் தொடர்பு நெருக்கமானது என்று பல ஆய்வாளர்களும் கூறியுள்ளனர். வேளாண் நெருக்கடியின் ஆழத்தை வேளாண் வளர்ச்சி பற்றிய விவரங்கள் நமக்கு தெளிவுபடுத்துகின்றன. தானியம், பருப்பு, எண்ணய் வித்துக்கள், கரும்பு ஆகிய முக்கிய பயிர்களை எடுத்துக்கொண்டால், 1981 முதல் 1991 வரையிலான காலத்தில் இப்பயிர்களின் உற்பத்தி வேகமாக வளர்ந்தது. ஆனால் அடுத்த 20 ஆண்டுகளில் 1991 முதல் 2010 முடிய இவற்றின் உற்பத்தி வளர்ச்சியின் வேகம் பெரிதும் குறைந்தது. மகசூல் அதிகரிப்பும் இதே பாணியில் தான் இருந்தது.நெருக்கடி 1998 - 2004 காலத்தில் மிகவும்

தீவிரமாக இருந்தது என்பது உண்மை. வேளாண் உழைப்பாளி மக்கள் எதிர்கொண்ட இந்த நெருக்கடிக்கு அரசின் தாராளமய கொள்கைகளே காரணம்.அரசின் பட்ஜட் பற்றாக்குறையை குறைப்பது என்றபெயரில் உரம், எரிபொருள், மின்சாரம் உள்ளிட்ட இடுபொருள் மானியங்கள் வெட்டப்பட்டு, உற்பத்திச்செலவு உயர்ந்தது. ஆனால், அளவுக் கட்டுப்பாடு இன்றி அயல்நாட்டு வேளாண்பொருட்களின் இறக்குமதி அனுமதிக்கப்பட்டதால், விளை பொருட்கள் விலைகள் வீழ்ச்சியை சந்தித்தன.நிதித்துறை சீர்திருத்தங்கள் விவசாயக்கடனைக் குறைத்து வட்டி விகிதங்களை உயர்த்தியது. விவசாயிகள் கந்துவட்டிக்காரர்களிடம் சிக்கும் நிலை ஏற்பட்டது.அரசின் செலவைக்குறைப்பது என்ற தாராளமய கொள்கை கிராமப்புற கட்டமைப்பு வசதிகள வலுப்படுத்த அனுமதிக்கவில்லை. பாசனம், வேளாண் விரிவாக்கம், வேளாண் ஆராய்ச்சி அனைத்துமே பலவீனமடைந்தன. பொது வினியோக முறை சீரழிக்கப்பட்டது.தனியார்மயத்தால் கல்வி மருத்துவச்செலவுகளும் அதிகரித்து விவசாயக்குடும்பங்கள் கடன் வலையில் வீழ்ந்தன.

அதே சமயம், வேளாண்துறை நெருக்கடியில் இருந்தபோதிலும், கிராமப்புற செல்வந்தர்கள் கொழுத்துள்ளனர் என்பதும் கவனத்தில் கொள்ளப்பட வேண்டும். பயிர் வாரியாகவும் பகுதிவாரியாகவும் கால வாரியாகவும் வேளாண் நெருக்கடியின் தன்மையும் தாக்கமும் வேறுபட்டு இருந்தன.அதேபோல், வேளாண்பகுதிமக்கள் அனைவர் மீதும் ஒரே மாதிரியான தாக்கம் இல்லை.முதலாளித்துவ நிலப்பிரபுக்கள் மற்றும் பணக்கார விவசாயிகளில் ஒரு பகுதியினர் தாராளமயக் கொள்கைகளால் பயன்பெற்றுள்ளனர். அவர்களிடம் நிலம், இயந்திரங்கள் உள்ளிட்ட உற்பத்திசார் சொத்துக்கள் குவிந்துள்ளன. 1992 முதல் 2003 வரையிலான காலகட்டத்தில்கூட, சற்று மந்தமான வேகத்தில் என்றாலும், வேளாந்துறையில் இயந்திரங்களின் உடைமையும் பயன்பாடும் அதிகரித்தே வந்துள்ளன. உதாரணமாக, டிராக்டர்களின் எண்ணிக்கை 1992-2003 காலத்தில் இரண்டு மடங்காகியது. 2004-05 க்குப்பிறகு 2011-12 வரையிலான காலத்தில் கிராமப்புறங்களில் வேளாண் பயன்பாட்டிற்கான இயந்திர விற்பனை வேகமாக அதிகரித்துள்ளது.

இதன் பொருள் என்னவெனில், வேளாண்துறையில் கிடைக்கும் உபரிமூலம், உழைப்பாளி மக்களை சுரண்டுவதன் மூலம், மூலதனசேர்க்கை நடைபெற்று வருகிறது. அரசின் கொள்கைகளும் நிலம் மற்றும் மூலதனக் குவியலை ஊக்குவிக்கும் வகையில் நில உச்ச வரம்பு சட்டங்களை நீக்குகின்றன. மறுபுறம் விவசாயிகள் நிலம்

மற்றும் உற்பத்தி சொத்துக்களை இழப்பதன் மூலமும், அரசுகள் இயற்கை வளங்களை அடிமாட்டு விலைக்கு பன்னாட்டு இன்னாட்டு ஏகபோகங்களுக்கு வாரி வழங்குவதன் மூலமும், ரியல் எஸ்டேட் கொள்ளை மூலமும் சிறப்பு பொருளாதார மண்டலங்கள் என்ற வகையிலும் ஆரம்ப மூலதன சேர்க்கை பாணியிலான மூலதனக்குவியலும் தொடர்கிறது.

வேலை வாய்ப்பு

நிகழ்ந்துள்ள வளர்ச்சி வேலை வாய்ப்புகளைப் பெருக்கவில்லை. தொழில் துறையில், குறிப்பாக ஆலை உற்பத்தித்துறையில், பணியிடங்கள் அதிகரிக்கவே இல்லை. ஒட்டு மொத்தமாக உருவான பணியிடங்களும் பெரும்பாலும் உழைப்பாளி மக்களுக்கு எந்தப் பாதுகாப்பும் இல்லாத அமைப்பு சாரா பணி இடங்களாகவே இருந்தன.1993 முதல் 2005 வரையிலான காலத்தில் ஏதேனும் ஒருபணியில் (சுய வேலை உட்பட) இருப்போர் எண்ணிக்கை 1கோடியே 20 லட்சம் அதிகரித்தது.இது 1983-1994 காலத்திய வளர்ச்சியை விட மந்தம் என்பது ஒரு செய்தி. ஆனால் மேலும் துயரமான செய்தி, 2004 முதல் 2012 வரை இந்த எண்ணிக்கை வெறும்10 லட்சம் மட்டுமே அதிகரித்தது என்பதாகும்.

வறுமை

வறுமை பற்றி அரசு வெளியிடும் புள்ளி விவரங்கள் நகைப்புக்கு உரியவை. அரசின் வறுமைக் கோடு என்பது ஒரு சாகாக்கோடு என்றுதான் சொல்லவேண்டும் அரசு நிர்ணயித்துள்ள வறுமை கோட்டில் எவரும் வாழ முடியாது, ஆனால் சாகாமல் இருக்கலாம் என்று வேண்டுமானால் சொல்லலாம்! 2011-12 தேசிய மாதிரி ஆய்வு தரும் விவரங்களின்படி நாளொன்றுக்கு நபர் ஒருவருக்கு ரூபாய் 50 க்கும் குறைவாக செலவு செய்தவர்களாகத்தான் கிராமப்புற குடும்பங்களில் 80 %இருந்தனர். நகரப்புறங்களிலும் கிட்டத்தட்ட பாதி குடும்பங்களின் நிலமை இது தான். ஒரு நாகரீக வாழ்க்கைக்குத் தேவையான குறைந்தபட்ச அம்சங்களை வைத்துப்பார்த்தால், நமது நாட்டில் 80சதமானத்திற்கும் அதிகமான மக்கள் வறியவர்கள் என்று தான் சொல்லவேண்டும். நமது நாட்டில், 5 வயதுக்கு உட்பட்ட குழந்தைகளில் கிட்டத்தட்ட பாதிப்பேர் வயதுக்கேற்ற எடையை எட்டாதவர்கள். சஹாரா பாலைவனத்திற்கு தெற்கே வசிக்கும் ஆப்பிரிக்க நாடுகளில் கூட இந்த விகிதம் நாலில் ஒன்று தான். இதுபோன்ற இன்னும் பல துயர்மிக்க புள்ளிவிவரங்கள் உள்ளன! அதுவும் நாட்டுக்கு விமோசனம் என்று ஆளும் வர்க்கங்கள் விளம்பரப்படுத்திய தாராளமய கொள்கைகள் 22 ஆண்டுகள் அமலாக்கப்பட்ட பின்னர்!

மலையும் மடுவும் போன்ற ஏற்றத்தாழ்வுகள்

ஒரு விஷயத்தில் தாராளமய கொள்கைகள் வெற்றி பெற்றுள்ளன. அது எதில் என்றால், அசிங்கமான, ஆபாசமான அளவிற்கு ஏற்றத்தாழ்வுகளை அதிகரிக்கச் செய்ததில்! தொழிலிலும் நில உடமையிலும் பொதுவாக சொத்து வினியோகத்திலும் நம் நாட்டில் பெரும் ஏற்றத்தாழ்வு இருந்து வந்துள்ளது என்றாலும், கடந்த 23 ஆண்டுகளில் இவை பல பல மடங்குகள் அதிகரித்துள்ளன.

2008-இல் அமெரிக்க டாலர் கணக்கில் ஒரு பில்லியன் டாலர் அதாவது, 100 கோடி டாலர் சொத்து மதிப்பு கொண்ட இந்திய செல்வந்தர்கள் எண்ணிக்கை 41 ஆக இருந்தது. அதன் பின் ரூபாய் மதிப்பு டாலருக்கு எதிராக பெரிதும் சரிந்துள்ளது இது இந்த எண்ணிக்கையைக் குறைத்து இருக்க வேண்டும். ஆனால் அதற்கு நேர் மாறாக, 2013 இல் 53, 2014 இல் 70 என்று இந்த இந்திய டாலர் பில்லியனேர்கள் எண்ணிக்கை பாய்ச்சல் வேகத்தில் அதிகரித்து வருகிறது. நாட்டின் வளர்ச்சி வேகம் இரண்டு ஆண்டுகளாக 5 %க்கும் குறைவு தான். ஆனால் டாலர் பில்லியனேர்கள் வளர்ச்சி விகிதம் அமோகம்!

2014 இல் முகேஷ் அம்பானியை முதலிடத்தில் கொண்டுள்ள இந்த 70இந்திய டாலர் பில்லியனேர்களின் மொத்த சொத்து மதிப்பு சுமார் 390 பில்லியன் டாலர், அதாவது சுமார் 24 லட்சம் கோடி ரூபாய். இது இந்திய நாட்டின் மொத்த உற்பத்தி மதிப்பில் (ஜீ.டீ.பி.யில்) கிட்டதட்ட நான்கில் ஒரு பங்கு ஆகும். முதல் பத்து செல்வந்தர்களின் மொத்த சொத்து மட்டும் தேச உற்பத்தியில் கிட்டத்தட்ட 6% ஆகும்.

இந்தியப் பெருமுதலாளிகள் அவர்கள் சொத்துக்களை பிரம்மாண்டமான அளவில் அதிகரித்துள்ளனர். டாட்டா குழுமத்தின் சொத்து 1990 இல் 10,922 கோடி ரூபாயாக இருந்தது. 2012-13 இல் இது 5, 83, 554 கோடி ரூபாயாக உயர்ந்துள்ளது.(ஆதாரம்: டாட்டா இணையதளம்). இதே காலஇடைவெளியில், அம்பானி குழுமத்தின் சொத்துக்கள் 3167 கோடி ரூபாயில் இருந்து 5,00, 000 கோடி ரூபாய்க்கும் அதிகமாக உயர்ந்தது. முகேஷ் அம்பானியின் RIL மற்றும் அதன் உப நிறுவனங்களின் சொத்து 3,62,357 கோடி ரூபாயும், அனில் அம்பானியின் ADAG கம்பனியின் சொத்துக்கள் 1,80,000 கோடி ரூபாய்க்கும் அதிகமாகவும் ஆகியுள்ளன. (ஆதாரம்: இக்குழுமங்களின் இணையதளங்கள்).

1991 இல் இருந்து 2012 வரையிலான காலத்தில் நாட்டின் நிலை தொழில் மூலதன மதிப்பு 4 மடங்கு அதிகரித்தது.இதேகாலத்தில்

தனியார் கார்ப்பரேட் முதலாளிகளின் சொத்து 9 மடங்கு அதிகரித்துள்ளது. (ஆதாரம்: மத்திய புள்ளியியல் நிறுவனம், தேசீய கணக்கு புள்ளிவிவரங்கள்)

நாடு விடுதலை பெற்ற காலத்தில் இருந்து 1991 வரை தனியார் கார்ப்ப்ரேட் நிறுவனங்கள் அவர்களுக்கு கிடைத்த நிகர வருமானத்தில் (ஈவுத்தொகையாக கொடுத்துவிடாமல்) கைவசம் (மறுமுதலீடுக்காக) வைத்துக்கொண்ட தொகை தேச உற்பத்தி மதிப்பில் 2 % க்கும் கீழாகவே இருந்தது .இது 2007-08 இல் தேச உற்பத்தியில் 9.4 % ஆக உயர்ந்தது.தற்சமயம் 8 %ஆக உயர்நிலையிலேயே நீடிக்கிறது.

மறுபுறம் சுட்டெரிக்கும் உண்மை என்ன?கணிசமானபகுதி மக்கள் அடிப்படை வசதிகள் இன்றி, கழிப்பறை இன்றி, குடிதண்ணீர் இன்றி, தலைக்குமேல் கூரை இன்றி, வசிக்க வீடின்றி, குளிர் வந்தாலும் மழைபெய்தாலும் சாவை எதிர் நோக்கி வாழும் கோடிக்கணக்கான மக்கள். ஊட்டச்சத்து குறைவான தாய்மார்கள், குழந்தைகள், ரத்த சோகையில் வாடும் பெண்கள், குழந்தைகள், பிறக்கும் 1000 சிசுக்களில் 40 ஒரு ஆண்டுக்குள் இறக்கும் அவல நிலை (இது குஜராத் உட்பட பல மாநிலங்களில் அதிகம்) இப்படி தொடரும் கொடுமைப் பட்டியல்!

இது தான் பெருகும் ஏற்றத்தாழ்வுகள் தான் தாராளமய வளர்ச்சியின் முக்கியதோர் இலக்கணம்.

தீர்வு: இடதுசாரி மாற்று

கடந்த22 ஆண்டுகளாக தாராளமய தனியார்மய உலகமய கொள்கைகளை எதிர்த்து இடதுசாரி கட்சிகள் தொடர்ந்து போராடி வந்துள்ளனர். தொழிலாளர் இயக்கங்கள், விவசாயிகளின் இயக்கங்கள், பெண்கள், தலித்துகள், பழங்குடி மக்கள், இளைஞர்கள் ஆகியோரின் கோரிக்கைகளுக்கான போராட்டங்கள் என்று எண்ணற்ற இயக்கங்களை நடத்தி உள்ளனர். அது மட்டும் அல்ல. ஆளும் வர்க்கக் கொள்கைகளுக்கு எதிரான மாற்றுக் கொள்கைகளையும் உருவாக்கி உள்ளனர். இந்திய பொருளாதாரம் எதிர்கொள்ளும் சமகால நெருக்கடிக்கும், நீண்ட கால பார்வையில் இந்திய மக்களின் வாழ்வை மேம்படுத்தவும் இடதுசாரிகள் முன்வைத்துள்ள சரியான மாற்று பற்றி சுருக்கமாக பார்ப்போம்.

1. முதல் முக்கிய மாற்று கொள்கை அம்சம் முழுமையான நிலச்சீர்திருத்தம். இது நாடு முழுவதும் உடனடியாக சாத்தியம் இல்லை என்றாலும், இதை நிறைவேற்றாமல் இந்திய நாட்டின் நிலைத்தகுமுறையில் சந்தை விரிவாக்கம், தொழில்

வளர்ச்சி, வேலை வாய்ப்பை அதிகப்படுத்துதல் ஆகியவற்றை சாதிக்க முடியாது. எனவே தான் இந்திய சமூகமும் மக்களும் எதிர்கொள்ளும் முக்கிய தேசியப்பிரச்சினை நிலப்பிரச்சினை என்று இந்திய கம்யூனிஸ்ட் (மார்க்ஸிஸ்ட்) கட்சியின் திட்டம் கூறுகிறது. முழுமையான நிலச் சீர்திருத்தத்தின் மூலம் தான் கிராமங்களில் நிலப்பிரபுக்களின் அரசியல்பொருளாதார ஆதிக்கத்தை முடிவுக்குக் கொண்டுவர முடியும். மேலும் சாதீய அமைப்பை, சாதி ஒடுக்குமுறையை, தீண்டாமையை முற்றிலும் அழித்தொழிப்பதற்கும் இது மிக அவசியம். இதன் மூலம் இந்தியாவின் கிராமங்களில் வசிக்கும் பலகோடி நிலம் அற்ற வேளாண் குடும்பங்களுக்கு நிலம் கிடைக்கும். வாழ்வாதாரம் உறுதிப்படுத்தப்படுவதற்கு இது முதல் படி. மக்கள் ஜனநாயக முன்னணியைக் கட்டுவது இந்த இலக்கை நோக்கிப் பயணிக்க மிகவும் அவசர அவசியம்.

2. உடனடியாக, நில உச்சவரம்பை நீர்த்துப்போகச் செய்யப்படும் அனைத்து முயற்சிகளையும் இடதுசாரி மாற்று தடுத்து நிறுத்தும். விளைபொருள் விலை, கடன் வசதி, கொள்முதல், இடுபொருள் மானியங்கள், வேளாண் விரிவாக்க அமைப்பு, வேளாண் ஆராய்ச்சி மற்றும் நவீன தொழில் நுட்பம் உள்ளிட்ட அனைத்து விஷயங்களிலும் வேளாண் துறைக்கு அவசியமான அதரவை உறுதிப்படுத்தும்.

3. வேளாண் துறையில் தான் இன்றும் மொத்த உழைப்புப் படையில் சரிபாதி உள்ளனர். அதன் மீட்சியும் வளர்ச்சியும் நாட்டு வளர்ச்சிக்கு முதல் தேவை. அதேபோல், 2011 மக்கள் தொகை கணக்கெடுப்பின்படி இன்றும் நமது மக்கள் தொகையில் 68.5 சதவீதம் மக்கள் கிராமங்களில் தான் வசிக்கின்றனர். கிராமப்புற வளர்ச்சி என்பதும் முன்னுரிமை பெறவேண்டும். இவ்விரண்டு காரியங்களையும் சாத்தியப்படுத்தவேளாண்துறையிலும் ஊரக வளர்ச்சியிலும் அரசு கணிசமாக முதலீடுகளை மேற்கொள்ள வேண்டும்.

4. அடுத்து, கட்டமைப்பு, கல்வி, ஆரோக்கியம் ஆகிய துறைகளிலும் கணிசமான பொதுமுதலீடு அவசியமாகிறது. இத்துறைகளில் தனியார்மயக் கொள்கைகள் ஏற்படுத்தியுள்ள கடும் பாதிப்புகளைக் களைந்து முன்னேற, இவை அவசியம்.

5. வேளாண்துறை, ஊரக வளர்ச்சி, கல்வி, கட்டமைப்பு, ஆரோக்கியம் ஆகிய துறைகளில் பெருமளவில் முதலீடுகளை அரசு மேற்கொள்ள இந்திய, அன்னிய ஏகபோக கம்பனிகள்

மீது தக்க முறையில் வரி விதித்து, வரிச்சட்டங்களில் உள்ள தேவையற்ற விதிவிலக்குகளையும் சலுகைகளையும் ஓட்டைகளையும் அடைத்து, வரி வருமானத்தை உயர்த்தவேண்டும், இது சாத்தியம்.

6. இந்திய அன்னிய பெரு மூலதனங்களும் இதர செல்வந்தர்களும் நாட்டை விட்டு தங்கள் உபரிகளை எடுத்துச்செல்வதை தடுக்கின்ற வகையில், மூலதன கணக்கில் பணத்தை நாட்டை விட்டு வெளியே அனுப்பவும் உள்ளே கொண்டு வரவும் வலுவான கட்டுப்பாடுகள் கொண்டுவரப்படும். அதேபோல், இறக்குமதி தாராளமயத்தை முடிவுக்குக் கொண்டுவந்து, கட்டுப்பாடுகளுக்கு உட்பட்ட இறக்குமதி என்ற கொள்கை அமலாகும். ஏற்றுமதி பொருத்தமான முறையில் ஊக்குவிக்கப்படும். இந்த நடவடிக்கைகள் நாட்டு வளர்ச்சிக்குத்தேவையான அன்னியச்செலாவணியை உறுதி செய்ய உதவும்.

7. இந்திய நாட்டின் மிகப்பெரிய சோகங்களில் ஒன்று என்னவெனில், விடுதலை பெற்று 65 ஆண்டுகளுக்கு மேல் ஆகியும், உணவு உற்பத்தி மக்கள் தொகை வளர்ச்சியை விட வேகமாக 50 ஆண்டுகாலம் (1947 1997) அதிகரித்தும், உணவு பாதுகாப்பும் ஊட்டச்சத்து உறுதிப்படுத்தப்படுவதும் இன்றுவரை நம் மக்களில் குறிப்பிடத்தக்க பகுதியினருக்கு சாத்தியமாகவில்லை. இதை மாற்றிட, இடது சாரி மாற்று அனைவருக்குமான பொது வினியோக அமைப்பை அமலாக்கும். அனைத்து மக்களுக்கும் உணவு மற்றும் ஊட்டச்சத்து உறுதிப்படுத்திட தேவையான அனைத்து நடவடிக்கைகளையும் மேற்கொள்ளும். இதில் சிசுக்கள், குழந்தைகள், பதின்பருவப்பெண்கள், கருவுற்றிருக்கும் தாய்மார்கள், பாலூட்டும் பெண்கள், முதியோர் ஆகிய பகுதியினரின் விசேட தேவைகளை கணக்கில் கொண்டு திட்டங்கள் அமலாக்கப்படும். அதேபோல், ஒடுக்கப்பட்ட மக்கள், பழங்குடியினர், மகளிர் மேலும் இதர வாய்ப்பு மறுக்கப்பட்ட பகுதியினருக்கு சிறப்பு ஏற்பாடுகள் செய்யப்படும்.

8. தொழில் துறையைப் பொருத்தவரையில், இடதுசாரிகள் முன்வைக்கும் மாற்றில், சிறு மற்றும் நடுத்தர தொழில்களுக்கும் ஏற்றுமதியாளர்களுக்கும் உரிய அரசு ஆதரவு தரப்படும். வேலை வாய்ப்பை முதன்மைப்படுத்தும் வகையில் தொழில்துறைசார் கொள்கைகள் அமையும்.

9. இந்தியாவின் பன்முகத்தன்மையை கணக்கில் கொண்டு, அதிகாரங்கள் பரவலாக்கப்படும். மாநிலங்களுக்கு கூடுதல் அதிகாரம், உள்ளாட்சி ஜனநாயகத்திற்கு கூடுதல் முக்கியத்துவம் ஆகிய அம்சங்களை இடது சாரி இயக்கம் தொடர்ந்து வலியுறுத்தியும் வாய்ப்பு கிடைக்கும் பொழுது அமலாக்கியும் வந்துள்ளது. இதற்கு உரிய அழுத்தம் தரப்படும்.

10. தாராளமய கொள்கைகள் உருவாக்கியுள்ள பிரம்மாண்டமான ஏற்றத்தாழ்வுகளைபோக்கிட நடவடிக்கைகள் மேற்கொள்ளப்படும். சமூக ரீதியாக சிறப்புப் பிரச்சினைகளை சந்திக்கும் தலித், பழங்குடி, பெண்கள், மாற்றுத் திறனாளிகள் போன்ற மக்கள் பகுதியினருக்கு உரிய சிறப்பு கவனம் அளிக்கப்படும்.

சுருக்கமாகச்சொன்னால், தாராளமய, தனியார்மய, உலகமய கொள்கைகள் நிராகரிக்கப்படும்.நாட்டு வளர்ச்சியில் அரசின் முக்கிய பங்கு அங்கீகரிக்கப்படும், அமல்படுத்தப்படும். அறிவியல் தொழில்நுட்பம் உள்ளிட்ட அனைத்துத்துறைகளிலும் தற்சார்பு அடிப்படையில் நாடு முன்னேறும். பன்னாட்டு பொருளாதார உறவுகள் இந்த அடிப்படையில் உரிய வகையில் அமைத்துக்கொள்ளப்படும்.நிதி மூலதன ஆதிக்கத்திற்கு நேர்மாறாக, ஜனனாயகத்தன்மை வாய்ந்த வளர்ச்சி என்பதே கொள்கையின் மையமாக அமையும்.

இந்திய பொருளாதாரம்
2014-2019

1991 முதல் மத்தியில் தொடர்ந்து வந்த அரசுகள் மேற்கொண்டதும், பெரும்பாலான மாநில அரசுகள் பின்பற்றி வருவதுமாகிய புதிய தாராளமயப் பொருளாதாரச் சீர்திருத்தங்கள், நகர்ப்புற மற்றும் ஊரக இந்தியாவின் உழைக்கும் மக்களின் அடிப்படைச் சிக்கல்களைத் தீர்க்க தவறிவிட்டன. கடந்த முப்பது ஆண்டுகளில் மொத்த உள்நாட்டு உற்பத்தியின் (Gross Domestic Product—GDP) சராசரி ஆண்டுக் கூட்டு வளர்ச்சி வீதம் (Average Annual Compound Rate of Growth) 6 விழுக்காட்டிற்கு அதிகமாக இருந்தும் இதுவே நிலை. புதிய தாராளமயச் சீர்திருத்தங்களின் கீழ், வளர்ச்சி என்பது (AACGR) அரங்கங்களிடையே தீவிரமான சமனின்மை கூடியதாகவே இருந்துவருகிறது. இக்காலகட்டத்தில் வேளாண் மற்றும் ஊரகப் பொருளாதாரம் பெரும்பாலும் தீவிர நெருக்கடியிலேயே இருந்துள்ளது; தொழில்துறையோ சுமாராக வளர்ந்துள்ளது. உயர்ந்து வரும் உற்பத்திச் செலவுகள், வீழ்ச்சி காணும் உற்பத்தி விலைகள், வேளாண்மையில் பல்வேறு வடிவங்களிலான அரசின் ஆதரவுகள் திரும்பப் பெறப்படுதல் ஆகியவற்றை எதிர்கொள்ளும் நிலையில், மூன்று லட்சத்திற்கும் மேற்பட்ட விவசாயிகளின் தற்கொலையினைப் பார்த்துவிட்டது இந்த வேளாண் நெருக்கடி. அரசின் ஒழுங்காற்றல் நீக்கம் (deregulation), தனியார்மயமாக்கல்—அத்துடன், பொருட்களின் தாராளமயமான இறக்குமதி ஏற்றுமதிகளுக்கும், நிதிமூலதனத்தின் ஒழுங்குமுறையில்லாத உள்வரத்து, வெளியேற்றத்திற்கும் பொருளாதாரத்தைத் திறந்துவிட்டது ஆகியவற்றை உள்ளடக்கிய கொள்கைகளின் நேரடி விளைவே இது. தாராளமான சலுகைகளும், ஏராளமான வரித் தள்ளுபடிகளும்—சுற்றுச்சூழல் சார்ந்த ஒழுங்குகளையும் வேளாண்குடியின் உரிமைகளையும் லேசாக எடுத்துக்கொண்ட இணக்கமான அரசுக் கட்டமைப்பின் வழிவகையுடன்—பெரு நிறுவனங்கள் (corporates) மூர்க்கமாக நிலங்களைக் கையகப்படுத்தியதும், தொழில்துறையின் மட்டுப்பட்ட வளர்ச்சியைச் சாத்தியமாக்கியுள்ளன. புதிய தாராளமயச் சீர்திருத்தங்கள் கொண்டுவரப்பட்டபோது சாத்தியம் என்று விளம்பரம் செய்ததை விட மிகவும் குறைவான வேலைவாய்ப்பையே அது உருவாக்கியுள்ளது. எனவே, வேளாண் மற்றும் ஊரகப் பொருளாதார நெருக்கடி என்பது ஒரு பெரிய, விடாப்பிடியான நெருக்கடி என்றால் (ஆனால், எல்லா நிலப்பரப்புகள்,

எல்லா வர்க்கங்கள் எல்லா காலகட்டங்கள் அனைத்திற்கும் ஒரேசீரானதாக இல்லாத ஒரு நெருக்கடி. குறிப்பாக 1997-98 முதல் 2003-04 வரையிலான காலகட்டத்தில் குறிப்பாகத் தீவிரமாக நிலவியது), வேலையில்லா வளர்ச்சி ஏற்படுத்தியுள்ள வேலைவாய்ப்பின்மை நெருக்கடியின் வளரும் பரிமாணங்கள் என்பது அதன் மற்றொரு கூறு. சொத்துகள், வருமானங்கள், நுகர்வின் அளவுமட்டங்கள் ஆகியவற்றில் அதிகரித்துவரும் மோசமான ஏற்றத்தாழ்வுகளையும், ஊரக மேம்பாடு, சுகாதாரம், மற்றும் சமூக நலன் ஆகியவற்றின் மீதான செலவினங்களை வெகுவாகக் குறைத்துவிட்ட பணவாட்டத் தன்மையிலான பேரியல் பொருளாதாரக் கொள்கைகளையும் (deflationary macroeconomic policies) புதிய தாராளமயச் சீர்திருத்தக் காலகட்டம் பார்த்துவிட்டது என்பதும் உண்மையே. இதுவே புதிய தாராளமயச் சீர்திருத்தக் காலகட்டம் மொத்தத்திற்கும் பொதுவான காட்சி. ஆனாலும், 2004 முதல் 2008 வரையிலான ஒரு சிறு காலகட்டத்தில், இடதுசாரிக் கட்சிகளும் குடிமைச் சமூக இயக்கங்களும் கொடுத்த அழுத்தத்தில், வேளாண்மையிலும் சமூகத் துறையிலும் செலவினங்களைச் சொற்ப அளவில் அதிகரித்து, அத்தோடு தகவல் அறியும் உரிமைச் சட்டம், தேசிய ஊரக வேலைவாய்ப்பு உறுதிச் சட்டம், பழங்குடியினர் வனப் பாதுகாப்புச் சட்டம், சில காலத்திற்குப் பிறகு கொண்டுவரப்பட்ட நீர்த்துப்போன தேசிய உணவுப் பாதுகாப்புச் சட்டம் ஆகிய சில மக்கள் ஆதரவு நடவடிக்கைகளை முதலாவது ஐக்கிய முற்போக்குக் கூட்டணி அரசு வேண்டா வெறுப்பாக அனுமதித்தது.

2014 முதலான காலகட்டம் தீவிரப் பொருளாதாரத் துயரம் இந்திய மக்களின் மீது சுமத்தப்படுவதைக் கண்டுவருகிறது. மூன்று வழிகளில் மக்களின் வாழ்க்கை மோசமாக்கப்பட்டது. ஒன்று, பணவாட்டத் தன்மையும் பிற்போக்குத் தன்மையும் பொருந்திய அரசின் நிதிக் கொள்கைகளை (fiscal policies) வன்மையாக மேற்கொண்டது. இரண்டு, பணமதிப்பு நீக்கத்தால் (demonetisation) பொருளாதாரம் பேரழிவைச் சந்தித்தது. மூன்று, தரமற்ற வகையில் வடிவமைக்கப்பட்டு, அவசரகதியிலும் மோசமாகவும் செயல்படுத்தப்பட்ட சரக்கு மற்றும் சேவைகள் வரியானதுஷே குறிப்பாக முறைசாராத் தொழில்களிலும் வணிகங்களிலும், உழைக்கும் மக்களிடத்திலும்—வெகுவான சேதத்தை ஏற்படுத்தியது. இவற்றைச் சற்று விளக்கமாகப் பார்ப்போம்.

பண மதிப்பு நீக்கம் : பேரழிவும் பெருஞ்சோகமும்

நவம்பர் 16-17 நள்ளிரவோடு 500 மற்றும் 1000 ரூபாய்த் தாள்கள் சட்டப்படியான செலாவணித் தகுதியை இழந்துவிடும் என்று நவம்பர் 8, 2016 அன்று அறிவித்த போது, இந்திய பிரதமர், இந்தச் செயலானது நான்கு இலக்குகளை அடைய வழிசெய்யும் என்றார். அவை, கருப்புப் பணத்தை முழுமையாக ஒழிப்பது; கள்ள நோட்டுகளை ஒழிப்பது; தீவிரவாதத்திற்கு முடிவு கட்டுவது; மற்றும், ஊழலுக்கு முடிவு கட்டுவது—ஆகியன. இது, வெளிப்படையாகவே தர்க்க அடிப்படை இல்லாத வார்த்தை ஜாலம் மிகுந்த அறிவிப்பாகும். நாணயத்தின் இலக்கத்திற்கும் ஊழலுக்கும் இடையில் நேர் உறவு எதுவும் இல்லை. தனியார் ஆதாயத்திற்கான தேடலால் நடத்திச் செல்லப்படும் ஒரு சமூகத்தில், ஒவ்வொரு பொருளாதாரப் பரிவர்த்தனையும் ஊழலுக்கான சாத்தியக்கூற்றை ஏற்படுத்துகிறது. அதே போல, பணமதிப்பு நீக்கம் என்பது தீவிரவாதம் அனைத்திற்குமான உடனடி முடிவைக் கொண்டுவரும் என்ற வாதமும் தர்க்க அடித்தளமில்லாதது. கள்ள நோட்டுகளின் அதிகாரப்பூர்வ மதிப்பீடு என்பது 400 கோடி ரூபாயாகக் கூட இல்லை; நவம்பர் 2016-இல் புழக்கத்திலிருந்த பணம் 15.44 லட்சக் கோடி ரூபாய்—என்ற மதிப்பீட்டில் இந்தத் தொகை என்பது ஒரு சொற்ப விகிதம் தான். அரசாங்கத்தின் முகவாண்மைகள் மேற்கொண்ட மதிப்பீட்டின்படி, கருப்பு பணமாக வைக்கப்பட்டிருந்த கருப்புச் செல்வத்தின் விகிதம், கருப்புச் செல்வத்தின் மொத்த மதிப்பில் வெறும் 5-6 விழுக்காடே ஆகும்; எஞ்சிய கருப்புச் செல்வமோ, நகைகள், நிலமனை சொத்துகள், கட்டிடங்கள், நாட்டுக்கு வெளியில் வங்கிக் கணக்குகளில் பதுக்கப்பட்ட பணம் முதலிய பல்வேறு வடிவங்களில் வைக்கப்பட்டுள்ளன. இந்திய ரிசர்வ் வங்கி உறுதிப்படுத்தியிருப்பது போல, கருப்புப் பணமாக வைக்கப்பட்டிருந்த கருப்புச் செல்வத்தை மறுபடியும் வங்கி அமைப்பிற்குள் நுழைந்துவிட்டது என்று எடுத்துக்கொண்டாலும், கருப்புப் பணமாக வைக்கப்பட்ட கருப்புச்செல்வத்தில் ஒருசில லட்சக் கோடிகள் வெள்ளைப் பணமாக மாறுவதற்கு பணமதிப்பு நீக்கமும் அத்துடன் கூடிய நடைமுறைகளும் உதவியுள்ளன என்பதே அதன் பொருள்! பணமதிப்பு நீக்கம் என்கிற நடைமுறைக்கு ஒவ்வாத செயலால் இந்தத் தேசமும் மக்களும் பலனேதும் அடையவில்லை; பெரிதும் இழந்திருக்கிறார்கள். தங்களுடைய சொந்தப் பணத்தைப் பெற்றுக்கொள்ள வரிசையில் நின்ற மக்கள், பணமதிப்பு நீக்கம்

மற்றும் அதைத் தொடர்ந்த அலுவல்சார் நடைமுறைகளின் விளைவாகப் பல மணிநேரத் தீவிர வேலை ஏற்படுத்திய அழுத்தத்தில் பணியிலிருந்த வங்கி ஊழியர்கள், மருந்து வாங்கவும் நேரத்தில் சிகிச்சை பெறவும் பெற்றோரிடம் செல்லுபடியாகும் இலக்கத்தில் பணத்தாள்கள் இல்லாததன் காரணமாகக் குழந்தைகள்—என நூற்றுக்கும் மேற்பட்ட இன்னுயிர்கள் இழக்கப்பட்டுவிட்டன. உற்பத்தித்துறையிலும், சேவைத்துறையிலும், வணிகத்திலும் உள்ள சிறு, குறு மற்றும் நடுத்தரத் தொழில்கள் தங்கள் பரிவர்த்தனைகளை மேற்கொள்வதில் ஏற்பட்ட பணத்தேவையின் காரணமாகச் சரிந்தன; இதன் விளைவாக லட்சக் கணக்கானோர் தங்கள் வேலைகளை இழந்தனர். ஆக்கப்பூர்வமான தொழிலாளர்கள், தம் உழைப்பு நேரத்தில் கணிசமான அளவு, தங்களுடைய பணத்தை எடுப்பதற்காகவோ அல்லது கணக்கில் செலுத்துவற்காகவோ வரிசையில் நிற்பதில் போனது; இதனால் உற்பத்தியில் கணிசமான இழப்பு ஏற்பட்டது. பணமதிப்பு நீக்கம் என்பது ஒட்டுமொத்தமாகப் பேரழிவு என்பதும், பொருளாதாரத்தில் தீவிரப் பின்னடைவை ஏற்படுத்தி லட்சக் கணக்கான முறைசாராத் துறைத் தொழிலாளர்களையும் தொழில்களையும் அழித்துவிட்டது என்பதும் தற்போது பரவலாக ஏற்றுகோள்ளப்படுகிறது. இது, மொத்த உள்நாட்டு உற்பத்தியின் வளர்ச்சி வீதத்தில் 2 விழுக்காட்டுப் புள்ளிகள் வரை சரிவை ஏற்படுத்தியுள்ளது என்று சில அறிஞர்களால் மதிப்பிடப்பட்டுள்ளது.

சரக்குகள் மற்றும் சேவைகள் வரி (ச.சே வரி)-GST சிறு உற்பத்தியாளர்களையும் வணிகர்களையும் துன்புறுத்தும் செயல்

சரக்கு மற்றும் சேவை வரி என்பது ஒரு மறைமுக வரி என்பதும், பொருட்களையும் சேவைகளையும் வாங்கும் அனைவருக்குமான ஒரேசீரான வரி என்பதும், பணக்காரர்களைக் காட்டிலும் அது ஏழைகள் மீதே வெகுவாகப் பாரத்தைச் சுமத்தும் என்பதுமே, அது குறித்து கவனிக்க வேண்டிய மிகவும் முக்கியமான வாதம். இரண்டாவதாக, சிறு மற்றும் குறு தொழில்களையும் வணிகர்களையும் வரிவிதிப்பு வலைக்குள்—அத்துடன் சில்லறைத்தனமான வரி அதிகாரிகளின் துன்புறுத்தல் வலைக்குள்ளும்—கொண்டுவந்துள்ளது. இதற்கு முன்பாக, 1.5 கோடி ரூபாய் அல்லது அதற்கும் குறைவான ஆண்டு வருவாயைக் கொண்ட தொழில்கள் கலால் வரி செலுத்த

வேண்டியதில்லை. சசே வரியின் கீழோ, 20 லட்ச ரூபாயை (சில குறிப்பிட்ட மாநிலங்களில் 10 லட்ச ரூபாயை) மிஞ்சிய ஆண்டு வருவாயைக் கொண்ட தொழில்கள் அனைத்துமே வரிவிதிப்பு வலைக்குள் கொண்டுவரப்பட்டுள்ளன. மூன்றாவதாக, சசே வரி என்பது 'ஒரே தேசம், ஒரே வரி' என்ற கருத்தியலின் மெய்ப்பாடாகக் காட்டப்பட்டது; ஆனால், பற்பல வீதங்களையும், புதிரான அலுவல்சார் சிவப்பு நாடாச் (bureaucratic red tapism) சிக்கலையும், படிவம் நிரப்பும் நடைமுறைகளையும் கொண்டதாகி, ஆட்டத்திலுள்ள சிறு பங்கேற்பாளர்களைப் பெரிதும் துன்புறுத்தியது. நான்காவதாக, புகையிலை, மது, பெட்ரோல் மற்றும் டீசல் நீங்கலாக—மாநில அரசுகளின் பண்டங்களின் மீதான வரிவிதிப்பு அதிகாரம் எல்லாவற்றையும் பறித்துக்கொண்டதனால், மாநில அரசுகளின் வசமிருந்த ஏற்கனவே வரம்புக்குட்பட்ட அரசிறைத் தன்னாட்சியின் மீதும் தீவிரத் தாக்குதலாக அமைந்தது. மேலே குறிப்பிட்ட நான்கு பொருட்கள் தவிர, மற்ற பண்டங்கள் அனைத்திற்கும் சரக்கு மற்றும் சேவை வரி வீதங்கள் சசே வரிக் குழுவால் தீர்மானிக்கப்பட்டு, நாடு முழுமைக்கும் ஒன்றாகவே இருக்கும்; இக்குழுவில் மத்திய அரசுக்கு அளவுமீறிய சாதகத்தன்மை இருக்கும். ஆக, சசே வரியானது, (அ) ஏழைகளையும் உழைக்கும் மக்களையும் புண்படுத்தும் ஒரு மறைமுக வரி; (ஆ) சிறு மற்றும் குறு தொழில் முனைவோரையும் வணிகர்களையும் மறைமுக வரிவிதிப்பு வலைக்குள் கொணர்ந்து சில்லறை அதிகாரத் துன்புறுத்தலுக்கு உட்படுத்துகிறது; (இ) மாநில அரசுகளை வலுவற்றதாக்கி அவற்றின் வரிவிதிப்பு அதிகாரங்களை அழிக்கிறது. எல்லாம் இருந்தாலும் கூட, அரசு எதிர்பார்த்த வருவாயினை சசே வரி ஈட்டித் தரவில்லை; அமுலாக்கத்தில் மொத்தமாகவே ஆயத்தத் தன்மை இல்லாமை, இந்த வரிக்கு ஏறத்தாழ 200 நாட்கள் முன்னதாக வந்த பணமதிப்பு நீக்கம் தூண்டிவிட்ட பொருளாதாரச் சரிவு, சசே வரி ஏற்படுத்திய வாங்கும் ஆற்றல் இழப்பு ஆகியவற்றைக் கொண்டு பார்த்தால், இதில் வியப்பில்லை. மொத்த உள்நாட்டு உற்பத்தியில் சரக்கு மற்றும் சேவை வரியானது 1 முதல் 2 விழுக்காட்டுப் புள்ளிகள் வரை அதிகரிக்கும் என்ற அபத்தமான அதிகாரப்பூர்வ கணிப்புகளுக்கு மாறாக, அப்படி எதையும் அது ஏற்படுத்திவிடவில்லை. ஆனால் அது செய்ததென்னவோ, பணமதிப்பு நீக்கம் ஏற்கனவே பேரழிப்புக்கு உள்ளாக்கிய சிறு, குறு மற்றும் நடுத்தரத் தொழில்களை மேற்கொண்டு வலுவிழக்கச் செய்தது தான். கடந்த பல மாதங்களாக, சசே வரியை அவ்வப்போது மாற்றியமைத்தும், பல்வேறு பண்டங்களுக்கான வரி வீதங்களைக் குறைத்தும், சசே வரியின் கீழ் வருவாயைத் தாக்கல் செய்வதற்கான வருவாய்த் தொகை அடிவரம்பை

ஆண்டுக்கு 40 லட்ச ரூபாயாக உயர்த்தியும், ஒப்பிணக்கத் திட்டத்தில் (composition scheme) மாற்றங்களை மேற்கொண்டும் வருகிறது அரசு. ஆனால், இவை ஏதும், சரக்கு மற்றும் சேவை வரி நடப்புமுறைக்குரிய அடிப்படையில் மக்களுக்கு எதிரான, கூட்டாட்சிக்கு எதிரான, ஒற்றைவாத இயல்பினை மாற்றிவிடாது.

பெருநிறுவன ஆதரவு நிதிக்கொள்கை அடிப்படைவாதம்

நெடுங்காலமாகப் பணமதிப்பு நீக்கமும் சசே வரியுமே தலைப்புச் செய்திகளைப் பற்றிக்கொண்டாலும், மோடி ஆட்சியில் ஒப்பீட்டளவில் கவனம்பெறாத ஓர் இயல்பென்றால், அதன் வரிவிதிப்பு மற்றும் செலவினக் கொள்கைகளில் பெரும்பணம் படைத்தோருக்கு மென்மேலும் சாதகமாக அமையும் ஆதரவுத் தன்மை ஆகும். 2014க்கும் 2016க்கும் இடையில், பன்னாட்டுச் சந்தைகளில் கச்சா எண்ணெயின் விலை வீழ்ச்சி என்னும் வடிவில் இந்திய அரசுக்கு எதிர்பாரா வாய்ப்பொன்று அமைந்தது. பிரெண்ட்(Brent) கச்சா எண்ணெயின் விலை 2014இல் 98.89 அமெரிக்க டாலர் என்ற சராசரியிலிருந்து 2015இல் 52.32 டாலராகவும், மேற்கொண்டு 2016இல் 43.74 டாலராகவும் வீழ்ச்சியடைந்தது. 2017 மற்றும் 2018 ஆகிய ஆண்டுகளிலும் கூட, முறையே சராசரியாக 54.15 அமெரிக்க டாலராகவும், 71.19 அமெரிக்க டாலராகவும், 2014இல் இருந்ததை விட தெள்ளந்தெளிவாகக் குறைவாகவே இருந்தது. மே 2014க்கும் மே 2017க்கும் இடைப்பட்ட காலத்தில், மத்திய அரசு ஈட்டிய எதிர்பாராத பலனின் ஒரு மதிப்பீடு, 40 பில்லியன் அமெரிக்க டாலர் அல்லது 2.33 லட்சம் கோடி இந்திய ரூபாய் ஆகும். இந்தக் காலகட்டத்தில் சில்லறை விற்பனையில் டீசல் மற்றும் பெட்ரோல் விலைகள் ஒன்றும் பெரிதாக குறைந்துவிடாத வகையில் பெட்ரோலியத்தின் மீதான வரிகளும் தீர்வைகளும் உயர்த்தப்பட்டன. மத்திய அரசின் மொத்த வரி வருவாயில் மறைமுக வரிகளின் பங்கு கணிசமாக உயர்ந்திருப்பது கடந்த ஐந்தாண்டுகளில் வரிக் கொள்கைகளின் ஒரு பொதுப்பட்ட இயல்பு. மறைமுக வரிகளை உயர்த்தி ஏழைகளின் மீது அதிகப்படியான வரிச் சுமையைத் திணிக்கும் அரசின் கொள்கைக்கு நேரெதிராக, பெறுநிறுவனத் துறையிடமும் பெரும்பணம் படைத்தவர்களிடமும் மிகுந்த பணிவுடனும் தாராளமாகவும் இருந்துவருகிறது அரசு. தன் ஆட்சிக்காலத்தில், செல்வ வரியை ஒழித்து, 250 கோடி ரூபாய் அல்லது அதற்குக் குறைவான ஆண்டு விற்பனை வருவாயைக் கொண்ட தொழிற்கழகங்களின் மீதான வரியை 30% என்பதிலிருந்து

25% என்று குறைத்துவிட்டது. ஏற்றத்தாழ்வுகள் முன்பிருந்த உயர்மட்டத்தையும் தாண்டி மேற்கொண்டு உயர்ந்திருக்கும் பொருளாதாரமொன்றில், பெரும்பணம் படைத்தவர்களுக்கும் தொழிற்கழகத் துறைக்கும் இந்தச் சலுகைகள் வழங்கப்பட்டு வருகின்றன. 2014இல் இந்திய குடும்பங்களின் மொத்தச் செல்வத்தில் 49%, மேல்மட்டத்திலிருந்த 1% குடும்பங்கள் வசம் இருந்தது; புதிய தாராளமயக் காலத்தில் செல்வக் குவிப்பு (concentration of wealth) உயர்ந்துவருவதையே இது பிரதிபலிக்கிறது. இதன் பங்கு 2018ஆம் ஆண்டிற்குள் கிட்டத்தட்ட 63% அளவுக்கு உயர்ந்தது. 2017-18 ஆம் ஆண்டில், புதிதாக உருவாக்கப்பட்ட செல்வத்தில் 73% மேல்மட்டத்திலுள்ள 1 விழுக்காட்டினரிடமே சென்றடைந்தது. செல்வ ஏற்றத்தாழ்வு இவ்வாறு மோசமாகவும், அதிகரித்துச் செல்வதாகவும் இருக்கும் ஒரு நாட்டில், தற்போது சொத்துவாரிசு உரிமை வரி இல்லை; செல்வ வரி இல்லை; தொழிற்கழக வரி வீதமோ, தனிநபர் வருமானத்தின் மீதான மிக உயர்ந்த வரி வீதத்தை விட கணிசமான அளவு குறைவாக உள்ளது. பெரும் பணம் படைத்தோருக்கும் பெறுநிறுவனத் துறைக்கும் அரசின் வரிக் கொள்கைகள் எண்ணற்ற வகைகளில் சாதகமாக இருந்தது என்பது மட்டுமல்ல; சுகாதாரம், கல்வி, வேளாண்மை, நலிவுற்ற பிரிவினருக்கான சமூக மற்றும் பொருளாதாரத் திட்டங்கள் ஆகியவற்றின் மீதான நிதி முதலீடுகளை விலைவரி உயர்வுக்கு ஈடுசெய்வதன் அடிப்படையில் (real terms) அதிகரிக்க மறுப்பதன் வாயிலாகவும், நிதிப் பற்றாக்குறை இலக்குகளை அடைவதற்கு மிகப்பெரிய அளவில் முதலீட்டு நீக்கங்களின் (disinvestment) துணையை நாடுவதன் வாயிலாகவும், நிதிப் பற்றாக்குறையைக் குறைப்பது என்னும் குறிக்கோளை மேற்கொண்டு வந்துள்ளது அரசு. எடுத்துக்காட்டாக, 2017-18 ஆண்டில் நிதித் திட்ட இலக்கு 72,500 கோடி ரூபாயாக இருந்த நிலையில், முதலீட்டு நீக்கத்தின் வாயிலாக 1 லட்சம் கோடி ரூபாயைத் திரட்டியது அரசு. அரசு, முதலீட்டு நீக்கத்தை மேற்கொண்டு வரும் வேகத்தை வைத்துப்பார்த்தால், இன்னும் சில ஆண்டுகளில் பொதுத்துறை மொத்தமாக மறைந்தே போய்விடும்! சுகாதாரம், கல்வி, வேளாண்மை, மகாத்மா காந்தி தேசிய ஊரக வேலைவாய்ப்பு உறுதிச் சட்டம், மற்றும் ஏழைகளுக்கு ஆதரவான இயல்பைக் கொண்ட அனைத்து திட்டங்கள் மீதான செலவினங்களும் ஒப்பீட்டளவில் சரிந்துகொண்டே வருகின்றன. மகாத்மா காந்தி தேசிய ஊரக வேலைவாய்ப்புத் திட்டத்தை, [நிதி] ஒதுக்கீடு, மற்றும் வேலை நாட்கள் என இரண்டு வகைகளிலும் சுருக்கிவிட்டது அரசு;

அதே வேளையில், கூலியை ஊரகக் குறைந்தபட்சக் கூலியை விடக் குறைவானதாக, கணிசமான அளவு வீழ்ச்சியடைய வழிவகுத்துள்ளது.

வேளாண் நெருக்கடி

வேளாண் நெருக்கடி தீவிரமாகவே இருந்துவருகிறது. கட்டுபடியாகும் விலைகள், ஆராய்ச்சி மற்றும் விரிவாக்கத்திற்கான ஆதரவு, கடன், உள்ளீட்டுச் செலவுகள்ஷமுதலிய, நமது விவசாயிகளும் வேளாண்மையும் எதிர்கொள்ளும் அனைத்து முக்கியச் சிக்கல்களைப் பொறுத்த மட்டிலும், வேளாண்குடியின் நிலைமை பாதித்துவிட்டது. ஊரக வேலைவாய்ப்பு உறுதித் திட்டம் சுருங்கிப்போனது, ஊரக உடலுழைப்புத் தொழிலாளர்களை மோசமாகப் புண்படுத்திவிட்டது. சில காலமாக ஊரகக் கூலிகள் தேக்கமடைந்து வரும் நிலையில், வேளாண் பொருள் விலைகளும் சரிந்துவிட்டன. பணமதிப்பு நீக்கம் என்பது, தொழில்துறையிலும் வணிகத்திலும் உள்ள சிறு பங்கேற்பாளர்களை மட்டுமல்லாமல், விவசாயிகளையும் பாதித்துவிட்டது.

வேலைவாய்ப்பு நெருக்கடி

நாடு மிகப்பெரிய வேலைவாய்ப்பு நெருக்கடியைத் தற்போது எதிர்கொண்டுள்ளது. உழைக்கும் மக்களுக்கு, வேலையில்லாமல் போனால் மிகவும் குறைவான சமூகப் பாதுகாப்பே இருக்கும் நிலையும், தொழிற்படையில் கணிசமான விகிதத்தினர்—மிகவும் குறைந்த உழைப்புச் சாதனங்களை மட்டுமே கொண்டிருந்தும்—சுயதொழிலில் ஈடுபடும் நிலையும் உள்ள நம்மைப் போன்ற ஒரு நாட்டில், வேலைவாய்ப்பில்லாமையில் பெரும்பகுதி பார்வையிலிருந்து தப்பிவிடுகிறது. வெளிப்படையாகவும், கண்டுணரும் நிலையிலும் உள்ள வேலைவாய்ப்பின்மையை மட்டுமே பதிவுசெய்கின்றன உழைப்பாளர் படைக் கணக்கெடுப்புகள் (Labour Force Surveys); தகுதிசார் வேலைவாய்ப்பின்மை (Under Employment) போன்று மறைமுக வேலைவாய்ப்பின்மை (Disguised Unemployment) பெறக்கூடிய பல்வேறு வடிவங்களையும் இக்கணக்கெடுப்புகள் பதிவு செய்வதில்லை. ஆகவே, ஒரு நபர், முந்தைய 365 நாட்கள் முழுக்கவும் வேலைக்கு ஆயத்தமாக இருந்தபோதிலும் வேலை தேடிக்கொள்ள இயலாமல் போவதை அடிப்படையாகக் கொண்ட வழக்கநிலை வேலையின்மை வீதம் (Usual Status Unemployment Rate) என்பது,

பொதுவாக வெகு சிறியதே. தேசிய மாதிரிக்கூறு கணக்கெடுப்பு அமைப்பானது (National Sample Survey Organisation), 1977-78 ஆம் ஆண்டு முதல் ஐந்தாண்டுகளுக்கு ஒருமுறை மேற்கொண்டு வரும் வேலைவாய்ப்பு மற்றும் வேலையின்மை குறித்த பெரும் மாதிரிக்கூற்றுக் கணக்கெடுப்புகளில் (Sample Surveys), இறுதியாக வந்த 2011-12 ஆம் ஆண்டின் கணக்கெடுப்பு வரை பார்த்தால் வழக்கநிலை வேலையின்மை வீதம் என்பது 2% முதல் 2.6% என்பதற்கு உட்பட்டே இருந்துள்ளது. நடப்பு அரசாட்சியில், இந்தக் கணக்கெடுப்புகள் காலாந்திர உழைப்பாளர் படை கணக்கெடுப்புகளாக (Periodic Labour Force Surveys) மறுவடிவமைக்கப்பட்டன; ஜூலை 2017 தொட்டு ஜூன் 2018 வரையான குறிப்பாண்டிற்கான இக்கணக்கெடுப்பு, ஜூலை 2018-இல் நிறைவடைந்தது; டிசம்பர் 2018இல் கணக்கெடுப்பின் அறிக்கைக்குத் தேசிய புள்ளியியல் குழு ஏற்பளித்தது. இந்த அறிக்கையினை 2019 ஆம் ஆண்டின் பாதி வரை அரசு அதிகாரப்பூர்வமாக வெளியாக விடவில்லை. ஆனாலும், அதற்கு முன்னதாக அந்த அறிக்கை எப்படியோ வழிதேடிப் பொதுவெளிக்கு வந்துசேர்ந்தது; அதில் கூறப்பட்ட ஆய்வுமுடிவுகள் இந்தியாவில் வேலைவாய்ப்பில் நடப்பு நெருக்கடியின் தீவிரத் தன்மையைக் காட்டின. வழக்கநிலை வேலையின்மை வீதம் 6.1%ஐ எட்டிவிட்டது. முந்தைய ஏழு நாட்களில் ஒரு நபரின் வேலை/வேலையில்லா நிலையின் அடிப்படையிலான வாராந்திர நிலை வேலையின்மை வீதத்தைப் பார்த்தால், ஒட்டுமொத்தத்தில் இது 8.9% அளவுக்கு உயர்ந்துள்ளது. நகர்ப்புறத்தின் வீதம் 9.6%-ஆக இதைவிட அதிகமானதாக இருந்தது. பல்வேறு வகைகளிலுள்ள (ஊரகம்/நகர்ப்புறம், ஆண்/பெண்) 15 முதல் 29 வயதுக்குட்பட்ட இளைஞர்களிடையிலான வேலையின்மை வீதமானது 13.6% முதல் 27.2% வரையானதாக உள்ளது.

படித்த வேலையில்லாதோரின் நிலை என்ன? 2004-05, 2011-12 மற்றும் 2017-18 ஆகிய கணக்கெடுப்பு ஆண்டுகளில், பத்தாண்டு கல்வி நிறைவடைந்த நபர்களுக்கிடையிலான வேலையின்மை வீதங்கள்

பின்வருமாறு:

வகை	ஆண்டு		
	2004-05	2011-12	2017-18
ஊரகப்பகுதி ஆண்கள்	4.4%	3.6%	10.5%
ஊரகப்பகுதி பெண்கள்	15.2%	9.7%	17.3%
நகர்ப்புற ஆண்கள்	5.1%	4%	9.2%
நகர்ப்புறப் பெண்கள்	15.6%	10.3%	19.8%

ஒட்டுமொத்தமாக வேலையின்மை நெருக்கடி குறிப்பிடத்தக்க வகையில் மோசமடைந்து வருவதை வெளிக்கொணரும் இந்த அட்டவணை, இளைஞர்களின் நிலைமை எவ்வளவு கடினமாக இருக்கிறது என்பதையும் காட்டுகிறது. அதே போல, முறைசார் தொழிற்கல்வி/தொழில்நுட்பக் கல்வி பயின்ற நபர்களிடையிலான வேலையின்மையானது, ஆண்களைப் பொறுத்தவரை, 2011-12 ஆம் ஆண்டில் 5.7% என்பதிலிருந்து, 2017-18 ஆம் ஆண்டில் 13.8% என்றானது; இதுவே பெண்களைப் பொறுத்தவரை 2011-12 ஆம் ஆண்டில் 6.4% என்பதிலிருந்து 2017-18 ஆம் ஆண்டில் 10.4% என்றானது.

உழைப்பாளர் படை பங்கேற்பு வீதங்களும் குறைந்தே வருகின்றன. பணிபுரியும் வயதிலான மக்களில் வேலையிலுள்ளோரின் விழுக்காட்டைப் பார்த்தால், 2004-05 மற்றும் 2017-18 ஆண்டுகளுக்கிடையிலான காலத்தில் அனைத்து வகையினருக்கும் வீழ்ச்சியுற்றிருந்தது. 2004-05 ஆம் ஆண்டில் 41.5% என்றிருந்த ஊரகப் பெண்களுக்கான இந்த வீதம், 2017-18 ஆம் ஆண்டில் 17.5%-ஆகச் சரிந்ததே, உள்ளதில் மிகப்பெரிய சரிவு.

வேலையின்மை நெருக்கடியானது—குறிப்பாக ஊரக இந்தியாவில்—தேகமடைந்த, குறைந்த கூலிகளில் பிரதிபலிப்பாகிறது. குறைவான கூலிகள், நீண்ட வேலை நேரம், வேலைவாய்ப்புப் பாதுகாப்போ சமூகப் பாதுகாப்போ இல்லாதது—என்று, வேலைவாய்ப்பின் தரம் மோசமாகவே உள்ளது.

தொகுப்புரை

ஒரே வார்த்தையில் சொன்னால், ஊரக மற்றும் நகர்ப்புறத் தொழிலாளர்கள், விவசாயிகள், ஊரகத்தையும் நகர்ப்புறத்தையும் சேர்ந்த இதர சிறு உற்பத்தியாளர்கள், முறைசாராத் துறை, இளைஞர்கள்—முதலிய, இந்தியாவின் உழைக்கும் மக்களில் பெருவாரியானோருக்கு, 2014 முதல் 2019 வரையான காலகட்டம் பேரழிவாகவே அமைந்தது. இந்த வருத்தமளிக்கும் காட்சி, 2011-12 மற்றும் 2017-18 ஆகிய ஆண்டுகளுக்கு இடைப்பட்ட காலத்தில், ஊரக இந்தியாவில் தனிநபர் சராசரி மாதாந்திர நுகர்வுச் செலவினம் வீழ்ச்சியுற்றது என்பதோடு ஒத்துப்போகிறது. மக்கள்தொகையில் கடுகளவு விகிதத்தையே வகிக்கும் பெரும் பணக்காரர்களும், பெருநிறுவனத் துறையும், ஊரகப் பணக்காரர்களும் மட்டுமே இதில் பலனடைந்தவர்கள் ஆவர்.

[தமிழில்: அஸ்வத்.கி.ரமேஷ்]

தொற்றுநோய் காலத்தில் இந்திய பொருளாதாரம் 2019-2021

இந்த ஆண்டு ஜனவரி 30 ஆம் தேதி கேரளாவில் முதன்முதலில் கொரோனா வைரஸ் பதிவு செய்யப்பட்டது. சவாலை எதிர்கொள்ள கேரள அரசு விரைவாக இயங்கியது. இது கேரளாவின் அனைத்து மக்களையும், உள்ளாட்சி அமைப்புகளையும், விவசாய அமைப்புகளையும், தொழிலாளர்கள், பெண்கள் மற்றும் இளைஞர்கள், பல்வேறு குடிமைச் சமூக அமைப்புகள், அனைத்து மருத்துவ, துணை மருத்துவ பணியாளர்கள் மற்றும் துணை ஊழியர்களை ஒருங்கிணைத்தது. இன்றுவரை, கோவிட் 19 சவாலை எதிர்கொள்வதில் கேரள அரசு இந்தியாவிலேயே மிகச் சிறப்பான மாநிலமாக செயல்பட்டு வருகிறது, மேலும் உலகளாவிய பாராட்டையும் பெற்றுள்ளது.

மத்தியப் பிரதேசத்தில் ஆட்சி மாற்றம் மற்றும் அதிபர் ட்ரம்பின் வருகை நடைபெறும் வரை, அதாவது ஜனவரி 30 முதல் மார்ச் கடைசி வாரம் வரை கிட்டத்தட்ட இரண்டு மாதங்களுக்கு இந்திய அரசாங்கம் நடவடிக்கை எடுக்கவில்லை. இறுதியாக மார்ச் 24 அன்று மிகக் கடுமையான முறையில் நடவடிக்கை எடுத்து தளர்வுகள் ஏதுமில்லாத தேசிய ஊரடங்கை விதிக்கிறது, நான்கு மணி நேரத்திற்கும் குறைவான நேரமே அளிக்கிறது. இது லட்சக்கணக்கான புலம்பெயர்ந்த தொழிலாளர்கள் மீது பேரழிவு தரும் தாக்கத்தை ஏற்படுத்தியது. அவர்கள் பல்வேறு நகரங்களில், தங்கள் குடும்பங்களிலிருந்து நெடுந் தொலைவில், தங்குவதற்கு இடமில்லாமல் மற்றும் வருமானம் இல்லாமல் தவித்தனர். வணிக நிறுவனங்கள் மூடப்பட்டதால், கிட்டத்தட்ட 80% குடும்பங்கள் வாழ்வாதாரம் மற்றும் வருமானத்தையும் இழந்தன. நாடு முழுவதும் நீண்டகால ஊரடங்கு மற்றும் அதனுடன் தொடர்புடைய, மக்களின் நடமாடும் சுதந்திரத்திற்கு கடுமையான கட்டுப்பாடுகள் இருந்தபோதிலும், தொற்றுநோய் பரவுவதையும் அதன் பொருளாதார விளைவுகளையும் கட்டுப்படுத்த முடியாமல் அரசாங்கம் தடுமாறியது. இந்த கட்டுரையில், மத்திய அரசின் பொருளாதாரக் கொள்கைகள் மற்றும் தொற்றுநோய் மற்றும் ஊரடங்கு காலத்தில் அவற்றின் விளைவுகள் பற்றிய கண்ணோட்டத்தை நாம் பார்ப்போம்.

கோவிட்க்கு முந்தைய ஒரு மந்தமான பொருளாதாரம்

தொற்றுநோய் வந்தபோது இந்தியப் பொருளாதாரம் ஏற்கனவே வீழ்ச்சியை சந்தித்திருந்தது. பெரிய வணிக செய்தித்தொடர்பாளர்கள் ஆட்டோமொபைல்களுக்கு மட்டுமல்ல, பிஸ்கட் போன்ற வேகமாக விற்பனையாகும் நுகர்வோர் பொருட்களின் கோரல் சரிவைப் பற்றி பேசினார்கள். அரசாங்கம் மறுப்பு தெரிவித்தது, ஆனால் பொருளாதாரத்தை உயர்த்துவதற்காக ஆகஸ்ட் 2019 மற்றும் ஜனவரி 2020க்கு இடையில் பெரிய வணிகங்களுக்கு பல சலுகைகளை அறிவித்தது. இதன் மூலம் அரசாங்கத்திற்கு கடுமையான வருவாய் இழப்பு ஏற்பட்டது. 2020 பிப்ரவரி பட்ஜெட்டுக்கு முன்பே மொத்தம் 2.25 லட்சம் கோடிகள் இழப்பு ஏற்பட்டது. பங்குச் சந்தைகளில் செயல்படும் ஊக வெளிநாட்டு நிதி மூலதனத்திற்கு ரூ10,000 கோடி சென்றது; ஏற்றுமதியாளர்களுக்கு ரூ50,000 கோடி சென்றது; வீட்டு வசதி மற்றும் ரியல் எஸ்டேட்காரர்களுக்கு ரூ20,000 கோடி சென்றது; பெருநிறுவன வருமான வரி விகிதத்தை வெறுமனே 22%ஆக குறைத்ததன் மூலம் பெருநிறுவனத்துக்கு 1,45,000 கோடி ரூபாய் சென்றது. பிப்ரவரி 2020 பட்ஜெட்டில் பணக்காரர்களுக்கு நேரடி வரிகளில் ரூ65,000 கோடி அளவுக்கு சலுகைகள் வழங்கப்பட்டன. பெரிய வணிக நிறுவனங்களுக்கு ஏறக்குறைய 3 லட்சம் கோடியை வழங்கிய பட்ஜெட், பொதுத்துறை நிறுவனங்களில் 2.10 லட்சம் கோடி ரூபாய் மதிப்புள்ள அரசு பங்குகளை விற்பனை செய்து பற்றாக்குறையை சமாளிக்க முயன்றது. ஆனால் புலம்பெயர்ந்த தொழிலாளர்கள், முறைசாரா துறை தொழிலாளர்கள், விவசாயிகள், சிறு வணிகங்கள் மற்றும் பிற மக்களுக்கு எதுவுமில்லை.

கோவிட் 19 வந்தபோது மூன்று முக்கிய பிரச்சனைகள் இந்திய பொருளாதாரத்தின் அம்சங்கள். ஒன்று விவசாயிகளின் தற்கொலைகள் மற்றும் பயிர் சாகுபடியிலிருந்து நட்டமடைந்த சிறு மற்றும் குறு விவசாயிகளின் பெரும் பங்காக தொடர்ந்து நீடிக்கும் விவசாய நெருக்கடி. இரண்டாவது வேலையின்மை நெருக்கடி. 2011-12 மற்றும் 2017-18 க்கு இடையில் வேலையின்மை விகிதம் 2% லிருந்து 6% ஆக கடுமையாக உயர்ந்தது. இளைஞர்கள் மற்றும் படித்தவர்களிடையே வேலையின்மை விகிதங்கள் 17 முதல் 18% வரை இருந்தன. மூன்றாவது அம்சம் வீட்டு வருமானத்தில் சரிவு. 2011-12 மற்றும் 2017-18 க்கு இடையில், ஜிடிபி வளர்ச்சி விகிதம் ஆண்டுக்கு 7 முதல் 8%வரை இருப்பதாகக் கூறப்பட்டபோது, கிராமப்புற வீடுகளின் சராசரி

தனிநபர் மாதாந்திர நுகர்வோர் செலவு 8.8%குறைந்துள்ளது, அதே நேரத்தில் நகர்ப்புற சராசரி 2.2%அதிகரித்துள்ளது, இவை கிராமப்புற கோரல் சரிவை குறிக்கிறது. மத்திய அரசைத் தொடர்ந்து அடுத்தடுத்த அரசுகள் பின்பற்றும் புதிய தாராளவாத கொள்கைகள் மற்றும் பணமதிப்பிழப்பு நடவடிக்கைகள், மோசமாக வடிவமைக்கப்பட்ட மற்றும் நடைமுறைப்படுத்தப்பட்ட ஜிஎஸ்டி, எரிபொருள் விலையில் இடைவிடாத அதிகரிப்பு மற்றும் நல்வாழ்வு மற்றும் முதலீட்டுச் செலவுகளைக் குறைத்தல் ஆகியவை இந்த மோசமான விளைவுகளுக்குப் பின்னால் உள்ளன. ஏற்கனவே பலவீனமான இந்திய பொருளாதாரத்தில் கோவிட் 19 மேலும் வீழ்ச்சியை ஏற்படுத்தியது.

ஊரடங்கு குழப்பம் மற்றும் ஒரு தீவிர புதிய தாராளவாதத்தின் பதில்

மார்ச் 24 முதல் அமலாக்கப்பட்ட ஊரடங்கு தொற்றுநோய்க்கு ஒரு தீர்வு அல்ல, ஆனால் தொற்றுநோய் பரவும் போது கோவிட் நோயாளிகளின் எண்ணிக்கையின் அதிகரிப்பை குறைக்க நமது சுகாதார உள்கட்டமைப்பை சீர்படுத்துவதற்கு நேரம் எடுத்துகொள்வதன் மூலம் அதன் பரவலை கட்டுபடுத்துவதற்கான ஒரு வழிமுறையாகும். ஆனால் சுகாதார கட்டமைப்பை வலுப்படுத்த மாநில அரசுகளை மேம்படுத்த மத்திய அரசு குறந்த அளவே நிதிஒதுக்கீடு செய்தது. ஊரடங்கு மக்களின் வாழ்வாதாரத்தையும் வருமானத்தையும் அழித்தது, ஆனால் அரசாங்கம் அற்ப நிவாரணத்தையே வழங்கியது. மார்ச் 26 அன்று அறிவிக்கப்பட்ட முதல் ‘ஊக்கத்தொகை’ தொகுப்பு, 1.7 லட்சம் கோடி ரூபாய் என்று கூறப்பட்டது, ஆனால் இது ஏற்கனவே உள்ள பட்ஜெட் ஒதுக்கீடுகளையும் உள்ளடக்கியது. நிவாரணத்திற்கான நிகர புதிய செலவு ரூ93000 கோடிகள் ஆகும், இந்தியாவின் மொத்த உள்நாட்டு உற்பத்தி (GDP).யில் ஆகும். மே 12 ஆம் தேதி, பிரதமர் 20 லட்சம் கோடி ரூபாய் ‘ஊக்கத்தொகை’ அறிவித்தார். இதுவும் மிகவும் தவறான புள்ளிவிவரம் ஆகும், ஏனெனில் இது முக்கியமாக கடன் தொடர்பான நடவடிக்கைகளை மேற்கொண்டது மற்றும் அரசாங்கத்தின் உண்மையான நிதி செலவு அல்ல. கோவிட் நிவாரணமாக அரசாங்கம் மேற்கொள்ளும் உண்மையான செலவு மொத்த உள்நாட்டு உற்பத்தியில் 1% ஆக இருக்காது என்பது நிதி அமைச்சரின் அறிவிப்புகளிலிருந்து தெளிவாகியது. அறிவிக்கப்பட்ட

20 லட்சம் கோடிகளில் சுமார் ரூ18 லட்சம் கோடிகள் வங்கிகள் மற்றும் பிற நிதி நிறுவனங்கள் மூலம் பொருளாதாரத்தில் பணப்புழக்கம் மற்றும் கடன் கிடைக்கும் தன்மையை அதிகரித்தது. இது தொழிலாளர்கள், சிறு உற்பத்தியாளர்கள், நடுத்தர தொழில்கள், தொழில்முனைவோர் (MSME), விவசாயிகள் மற்றும் பிற உழைக்கும் மக்களுக்கு சிறிதளவு உதவியாக இருந்தது. அரசாங்கம் மக்களுக்கு சிறிதளவே நிவாரணம் வழங்கியது மட்டுமல்லாமல், தாராளமயமாக்கல், தனியார்மயமாக்கல் மற்றும் உலகமயமாக்களை உருவாக்கும் பொருளாதார 'சீர்திருத்தங்களை' அறிவித்தது. இது தடையில்லாத பாதை வழியாக இராணுவ தற்காப்பு சாதன உற்பத்தியில் அந்நிய நேரடி முதலீட்டு(FDI) வரம்பை 49% லிருந்து 74% ஆக உயர்த்தியது மற்றும் நிலக்கரி தொழிற்துறையை தனியார் மூலதனத்திற்கு திறந்தது. அது பொதுத் துறையின் பங்கை ஒரு குறிப்பிட்ட 'மூலோபாய' செயல்பாடுகளுக்கு மட்டும் பயன்படுத்தும் என்று அறிவித்தது. தனியார் துறைக்கும் திறந்திருக்கும். இந்திய மற்றும் வெளிநாட்டு தனியார் வணிகங்களுக்கு ஆதரவாக பல புதிய சலுகைகள் மற்றும் கொள்கைகள் அறிவிக்கப்பட்டன. சர்ச்சைக்குரிய சூழ்நிலைகளில் குறிப்பாக ராஜ்யசபாவில் நிறைவேற்றப்பட்ட மூன்று சட்டங்கள் மூலம், அரசாங்கம் விவசாயத் துறையை வெளிநாட்டு மற்றும் இந்திய பெரு வணிகங்களுக்குத் திறந்துவிட்டது, விவசாயிகளுக்கான கொள்முதல் மற்றும் விலை ஆதரவை கைவிடும் செயல்முறையைத் தொடங்கியது, அத்தியாவசியப் பொருட்களின் பதுக்கல் வரம்புகளை நீக்கியது அவற்றை செயற்கையாக அதிக விலைக்கு பதுக்கி விற்க வழி வகுக்கும், மற்றும் பழங்குடியினர் பகுதிகளில் கூட கார்ப்பரேட் நிறுவனங்களால் நிலம் கையகப்படுத்துவதற்கான தாராளமயமாக்கப்பட்ட விதிகளை அறிவித்தது. அது நேரடியாகவும் பல மாநில அரசுகள் வழியாகவும் தொழிலாளர் விரோத நடவடிக்கைகளைப் பின்பற்றுகிறது. மக்கள் விரோத சீர்திருத்தங்களை முன்னெடுத்துச் செல்ல பாதுகாப்புகள் மற்றும் அணிதிரட்டல்களைச் செய்வது கடினம் என்று கடுமையான ஊரடங்கை ஆட்சியாளர்கள் பயன்படுத்துகிறார்கள் என்று அரசாங்கத்தின் விமர்சகர்கள் வாதிட்டனர். நாட்டின் கனிம வளத்தையும் தொழில்துறை சொத்துக்களையும் வெளிநாட்டு மூலதனத்திற்கு விற்பதற்கு எதிராக அவர்கள் கேள்வி எழுப்பியுள்ளனர்.

இதற்கிடையில், இந்திய பொருளாதாரம் கடுமையான மந்தநிலையில் ஆழமாக மூழ்கி வருகிறது. 2020-2021 இல் மொத்த உள்நாட்டு உற்பத்தியானது 2019-20 ஐ விட 10% குறைவாக இருக்கும் என்று எதிர்பார்க்கப்படுகிறது. ஏப்ரல் 2020 இல் மட்டும் 14 கோடி

பேர் வேலை இழந்தனர். நாடு முழுவதும் பொருளாதார நடவடிக்கைகள் மீண்டும் தொடங்கப்பட்டாலும், ஏப்ரல்மே மாதங்களில் 25% தொட்ட வேலையின்மை விகிதம் ஜூலை நடுப்பகுதியில் கூட 11% ஆக உயர்நிலையில் இருந்தது. பருவமழையின் வருகையையொட்டி விவசாய நடவடிக்கைகள் அதிகரித்திருந்தாலும், கடன் மலையினை எதிர்கொள்ளும் விவசாயிகள் கடுமையாக விலை உயர்ந்ததால் கடுமையாக பாதிக்கப்பட்டுள்ளனர். அரசாங்கம் பெட்ரோல் மற்றும் டீசல் விலையை பெருமளவிலான கூடுதல் வரிகளின் மூலம் உயர்த்தியது. சில்லறை விற்பனையில் பணவீக்கம் கடுமையாக உயர்ந்துள்ளது. வேலைவாய்ப்பில் மட்டுப்படுத்தப்பட்ட அதிகரிப்பு மோசமான ஊதியம் மற்றும் சுயதொழில் மூலம் குறைந்த வருமானம் ஆகியவற்றையும் கொண்டிருந்தது. உலகப் பொருளாதாரமும் வீழ்ச்சியடைவதால், இந்தியப் பொருளாதாரம் மோசமான நிலையை எதிர்நோக்குகின்றது. 2020-2021 ஆம் ஆண்டின் முதல் காலாண்டு 2019-2020 ஆம் ஆண்டின் இதே காலாண்டுடன் ஒப்பிடும்போது மொத்த உள்நாட்டு உற்பத்தியில் கிட்டத்தட்ட 24% சரிவைக் கண்டுள்ளது.

வக்கிரமான மையப்படுத்தல்

தொற்றுநோய் சவாலை அரசாங்கம் கையாளும் விதத்தின் ஒரு அருவருப்பான அம்சம், களத்தில் தொற்றுநோயை கையாளும் மாநில அரசாங்கங்களின் பாதையில் அது பல தடைகளை ஏற்படுத்திய விதமாகும். ஊரடங்கு உத்திகள், முகக்கவசங்கள் மற்றும் பிற தனிப்பட்ட பாதுகாப்பு உபகரணங்கள் (PPE கள்), சோதனை கருவிகள், என வழங்குவதை உறுதி செய்வதில் நடைமுறையில் அனைத்து விஷயங்களிலும் இது மையப்படுத்தப்பட்ட முடிவெடுத்தலை பின்பற்றி கூடுதலாக, இது மாநிலங்களுக்கு சிறு அளவே நிதி உதவியை வழங்கியுள்ளது. உண்மையில் ஜிஎஸ்டி இழப்பீடு மற்றும் வரிவிநியோகத்தின் மூலம் மாநிலங்களுக்கு பெரும் தொகை கடன்பட்டுள்ளது.

மாற்று அணுகுமுறையை நோக்கி

தொற்றுநோய், முதலாளித்துவ உலகம் முழுவதும் இலாப நோக்கில் இயங்கும் சுகாதாரத் துறையின் கடுமையான பலவீனத்தை அம்பலப்படுத்தியுள்ளது, மேலும் சுகாதாரத்துக்கான பொது முதலீடு

மற்றும் தனியார் துறையின் தீவிர கட்டுப்பாடு ஆகியவற்றுக்கு வலுவான அழுத்தங்களை உருவாக்கியுள்ளது. ஆனால் அரசு அதி புதிய தாராளமயக் கொள்கைகளின் எதிர் திசையில் நகர்கிறது. இதற்கு நேர்மாறாக, பல முக்கிய பொருளாதார வல்லுநர்கள் மற்றும் சில எதிர்க்கட்சிகள் ஒரு மாற்று ஆலோசனையை முன்வைத்துள்ளனர்: (a) மேலும் ஆறு மாதங்களுக்கு உடனடி நிவாரண நடவடிக்கைகளை ரொக்க மற்றும் தானியங்கள் மற்றும் அனைத்து விதமான அத்தியாவசியத் தேவைகளை வருமான வரி வலையமைப்பிற்கு வெளியே உள்ள அனைத்து வீடுகளுக்கும் வழங்கும் கிராமப்புறங்களில் வேலை தேடும் அனைவருக்கும் 200 நாட்கள் வேலைவாய்ப்பு வழங்குவதற்காக MNREGS செலவில் பாரிய அதிகரிப்பு, (b) விவசாய ஆராய்ச்சி மற்றும் விரிவாக்க அமைப்புகளை வலுப்படுத்துதல், விவசாயிகளுக்கான ஒரு முறை கடன் தள்ளுபடி உட்பட கிராமப்புற பொருளாதாரம் மற்றும் உள்கட்டமைப்பை வலுப்படுத்த நடுத்தர மற்றும் நீண்ட கால நடவடிக்கைகள் , மற்றும் கிராமப்புறங்களில் கூட்டுறவு மற்றும் பிற வழிகளில் வேளாண் செயலாக்கம் மற்றும் மதிப்பு கூட்டலை ஊக்குவித்தல், தேர்ந்தெடுக்கப்பட்ட உள்ளாட்சி அமைப்புகளின் ஈடுபாடு, (c) சுகாதாரம், கல்வி மற்றும் போக்குவரத்து, தகவல் தொடர்பு மற்றும் சேமிப்பு உள்ளிட்ட பொது முதலீடுகளில் பாரிய அதிகரிப்பு பணக்கார குடும்பங்கள் மீதான செல்வ வரி மூலம் நிதி திரட்டி செய்வது, ஆகியவை ஆகும்.

உற்பத்திப் பொருட்களுக்கான கோரலை வலுவாக அதிகரிக்கும் தூண்டல் நடவடிக்கை மற்றும் பெருமளவிலான மனிதாபிமான உதவிகளின் அதிகரிப்பு ஆகியவற்றை கணக்கில் கொள்ளும் இந்த மாற்றுக் கொள்கைகள் வரவேற்கத் தகுந்தவை. இவற்றை நிதி பற்றாக்குறையை குறைப்பது என்பதை கண்மூடித்தனமான வரட்டுப் பிடிவாதம் கொண்டு நிராகரிப்பது சரியல்ல.

....

www.ingramcontent.com/pod-product-compliance
Lightning Source LLC
LaVergne TN
LVHW100603051026
849519LV00003B/1076
* 9 7 8 9 3 8 4 4 2 1 0 5 2 *